पालुणा

महादेव मोरे

मेहता पब्लिशिंग हाऊस

Please contact us at **Mehta Publishing House Pvt. Ltd.**
✆ +91 020-24476924 / 24460313 / Mob. No. 9545000513
Email : production@mehtapublishinghouse.com
Website : www.mehtapublishinghouse.com

- *या पुस्तकातील लेखकाची मते, घटना, वर्णने ही त्या लेखकाची असून त्याच्याशी प्रकाशक सहमत असतीलच असे नाही.*

PAVHANA by MAHADEV MORE

पाव्हणा : महादेव मोरे / कादंबरी

author@mehtapublishinghouse.com

संस्थापक : सुनील अनिल मेहता

प्रकाशक : मेहता पब्लिशिंग हाऊस प्रा. लि.
१९४१ सदाशिव पेठ, माडीवाले कॉलनी, पुणे ४११०३०.

मुद्रक : पार्कसन्स ग्राफिक्स

मुखपृष्ठ : चंद्रमोहन कुलकर्णी

प्रकाशनकाल : १९६६ / ऑगस्ट २००८ / मेहता पब्लिशिंग हाऊस प्रा. लि.
यांची तृतीय आवृत्ती : डिसेंबर, २०२२

किंमत : ₹ १५०

P Book ISBN 9789395477963
E Book ISBN 9789395477901
E Books available on : amazonkindle Apple Books Google Play Books

---

‘मेनका’, ‘माहेर’, ‘जत्रा’ या नियतकालिकांचे संस्थापक-संपादक

कै. पु. वि. बेहेरे यांना...

माझ्या उमेदीच्या काळात माझ्या बऱ्याच कथा-कादंबऱ्या प्रसिद्ध करून, ज्यांनी माझ्या लेखणीस बळ दिले व खास पत्रे पाठवून मार्गदर्शनही केले, त्याबद्दल कृतज्ञता म्हणून.

– महादेव मोरे

काही प्रश्न : एक खुलासा

प्रस्तुत कादंबरी संपूर्ण ग्रामीण भाषेत लिहिण्याचा प्रयत्न मी का केला, असा प्रश्न जर कुणी चिकित्सक वाचकाने विचारला, तर त्याचं उत्तर देणं माझ्यासारख्या त्यावेळच्या नवोदिताला थोडं कठीणच गेलं असतं!

आतापर्यंतच्या मराठी ग्रामीण कादंबरीत सरळ निवेदनाकरता शिष्टमान्य मराठीचा आणि संवादांसाठी मात्र खास ग्रामीण बोली भाषेचा वापर केलेला आढळतो. अशा प्रकारच्या दुरंगी भाषाप्रवाहाची ग्रामीण, प्रादेशिक कादंबरीस गरज आहे का? अशी पद्धती अवलंबल्याने परिणामात काही उणेपणा निर्माण होतो का, या प्रश्नांची चर्चा करणे म्हणजे तो एक स्वतंत्र प्रबंधाचा विषय ठरेल.

पण, संपूर्ण कादंबरीच ग्रामीण, प्रादेशिक भाषेत लिहिण्याचा प्रयत्न कुणा मराठी कादंबरीकाराने केलेला नसल्यामुळे, तशा प्रकारचा प्रयत्न करणं आवश्यक आहे असं मला वाटलं. या विचारातून प्रस्तुत कादंबरीचा जन्म झाला.

संपूर्ण ग्रामीण भाषेत लिहिलेली कथा सध्या मराठी वाङ्मयात चांगलीच रूढ झाली आहे. अशा प्रकारची मराठी कथा मी प्रथम वाचली ती र.वा. दिघे यांची. 'मौज'च्या १९५६च्या दिवाळी अंकात ती प्रसिद्ध झाली होती. 'आई' असं तिचं नाव होतं. पुढे १९५९पासून मी कथा लिहिण्यास प्रारंभ केल्यानंतर मला 'आई' कथेची आठवण झाली आणि तशा प्रकारच्या ग्रामीण भाषापद्धतीने आपणही कथा लिहाव्यात असं वाटू लागलं... आणि मी 'बैदा', 'ख्योळ', 'आगळीक', 'फडा', 'पर सांधी हुकली गंऽ हुकली' इत्यादी कथा वरील ग्रामीण निवेदन पद्धतीचा वापर करून लिहिल्या.

आणि अलीकडे प्रा. आनंद यादवांनी या पद्धतीचा चांगलाच पाठपुरावा करून तिला शिष्टमान्य केलं आहे.

अशा प्रकारच्या पद्धतीचा मराठी कथेप्रमाणे काव्यातही वापर झाला. 'सुगी' (ग. ल. ठोकळ) व 'हिरवे जग' (प्रा. आनंद यादव) ही त्याची ठळक उदाहरणे देता येतील.

कथेत, काव्यात ही पद्धती रूढ झाली, तेव्हा मराठी कादंबरी वाङ्मयातही रूढ का होऊ नये?

तेव्हा या दृष्टीने प्रस्तुत कादंबरी लिहिण्याचा हा एक प्रामाणिक प्रयत्न आहे.

ही कादंबरी लिहिताना हा एक विचार मनात आला की, संपूर्ण निवेदनशैली ग्रामीण वापरल्याने, अशा ग्रामीण बोली भाषेचा तितकासा परिचय नसलेल्या वाचकाला ती कळायला, समजायला कठीण तर जाणार नाही?

तेव्हा ही कादंबरी लिहिताना अशा वाचकांचीही सोय पाहणे अपरिहार्य ठरले. ग्रामीण बोली भाषेचा डौल व अस्सलपणा न घालवता, त्याला जराही बाधा न आणता अशी सोय पाहणे, हे तारेवरच्या कसरतीसारखे अवघड आहे.

प्रस्तुत कादंबरी १९६५मध्ये प्रथम 'ॐअलीबाबा' या पुण्याहून प्रकाशित होणाऱ्या मासिकात प्रसिद्ध होऊन १९६६मध्ये पुस्तकरूपाने प्रकाशित झाली.

अर्थात या कसरतीत मी कितपत यशस्वी झालो, हे वाचकांनी ठरवायचं. प्रयत्न मात्र प्रामाणिकपणाने केला आहे, तेव्हा वाचकांनीही हे प्रामाणिकपणे ठरवावं अशी अपेक्षा केल्यास गैर ठरू नये!

– महादेव मोरे

---

* सदर पुस्तकाची मूळ प्रत सार्वजनिक वाचनालय राजगुरुनगर, पुणे यांजकडून उपलब्ध

एक

तिठ्ठ्यावर येस्टी थांबताच मी खाली उतरलो. तिठ्ठ्यावरच ईटा कासारणीचं च्या-पाण्याचं हाटील हाय. हाटिलाला डावं घालून एक पाणंद खाल आंगाला गेल्याली हाय. हाटिलासमोरच रस्त्याकडंला एक डांब खलाय, नि त्यावर पाटी हाय–

'शिवापूरवाडी २ १/२ मैल.'

मऱ्हाटी चौथीतच शाळेला बुट्टी दिल्याल्या मला, ती पाटी वाचाय बक्कळ एक मिंट लागला. तसा मी काई हिकडं नवीन न्हाई. हाय तसा चांगलाच रुळल्याला. डोळं बांधलं तरी नेमका वाडीचा तिठ्ठा वळखीन आणि पांदीतनं भराभरा गावाकडं पाय उचलाय लागीन; पर पाटी कशाला लिवल्यात? मान्सास्नी

वाचायलाच न्हवं? हंम् बघा, म्हणून तर वाचायच झालं!

पाटी वाचून झाल्यावर मी ईटा कासारणीच्या हाटिलात शिरलो. तिच्या हाटिलातल्या तिखाट चिरमुऱ्याच्या चिवड्यावर नि भरपेट दूध घालून केल्याल्या मधाळ च्यावर ताव मारल्याबिगर कुणीही वाडीच्या वाटंला लागत न्हाई.

सतत मांडीवर बटवा सोडून पान-तंबाखूचा बार भरत नि बाहीरल्या आंगणातली ती ठरावीक जागा पचापच पिंक टाकून लालभडक करत कासारीण आल्या-गेल्या पाव्हण्याची चौकशी करत गल्ल्यावर बसून असती. कोण सासुरवाशीन कवा आली, कोण माघारीन कवा म्हायारपणाला गेली, कुणाच्या घरी कोंच्या नावची सोयरीक ठरली, कुणाची आज तारीख हाय, कोण आज तालुक्याच्या गावाला गेलं, रामवाडच्या पाटलाची अमुक आज केस हुती– त्येचा काय निकाल लागला, पर्वा शेताच्या हक्कावरून गव्हापूरच्या जमदाड्यांच्या भावकीत मारामारीची 'केस' कशी शिजली, ह्या अशागत समद्या बातम्या तिठ्ठ्यावर उतरल्या पेट्टाला ह्या कासारणीच्या हाटिलात ऐकायला मिळत्यात. ह्येचा खरा पाईंट ह्यो हाय की, शिवापूरवाडी, रामवाड, गव्हापूर, रंद्याळ ह्या गावांकडनं आल्याल्या समद्या गाडीवाटा, पायवाटा ह्या कासारणीच्या हाटिलाम्होरं मिळत्यात. तवा माणूस कुटंबी भ्हाईर जायचं आसलं, तर त्येला पयल्याझूट या तिठ्ठ्यावर यिऊन येस्टी पकडावी लागती आणि म्हणूनस्यान बारा म्हैने तेरा काळ हाटिलात ठिय्या दिऊन बसल्याल्या कासारणीजवळ आपुआप समद्या बातम्या जमा हुत्यात.

म्या हाटिलात शिरताच माज्याकडं बघत ईठा कासारीण म्हणाली,

"या पाव्हणं! लै उनाचं निघालाता?"

आत शिरल्यावर गल्ल्याजवळच्या बाकड्यावर टेकत म्या म्हणालो,

"कर्ता काय? ह्ये आसलं उन्हाळ्याचं, सीजनचं दिवस, येस्टी गाडी लौकर गावतीया म्हंतासा?"

"म्हाईसाटनं येणं केलंसा जणू?"

"व्हय." तिच्या तोंडाकडं बघत म्या म्हणालो. कासारीण आता लैशी ठकून गेलीया. ल्हान हुतो तवा मी वरचीवर ह्या मामाच्या वाडीला यायचो. त्या वख्ताला पयल्यांडाव हिला बघितली. ती त्या काळात ऐन बहरात हुती. नटारंगीवानी रंगून गल्ल्यावर बसत हुती. अन् दिवसाकाठी

भरपेट गल्ला जमा करीत हुती, कोण कुठली ही कासारीण काकणं इकत गावान् गाव पूजत हिंडणारी... चार गावच्या चार वाटा मिळालेल्या ह्या तिठ्ठ्यावरची गर्दी बघूनश्यान तिच्या चलाख डोक्यानं काम दिलं. सोताच्या ताबेदारीत असल्यागत असणाऱ्या दाल्ल्याला तिनं वेठीला धरून शेवाळ्याच्या ह्या माळाला एक खोपटं उभारलं, नि हाटील थाटलं. तुक्या रक्ताड्या, शिवा हणबर ह्यांसारखी जुनी मान्सं आजूनही सांगत्यात, तिच्या जवानीचं पाणीच तवा आसं न्यारं हुतं की, लौकरच तिचं हाटील भलतंच तेजीत चाललं. देवानं तिला असा हात दिला त्यो दिलाच, नि चार गावची चार देवागत मान्संबी ती 'राखून' हुती. परत्येक्ष देव नि देवागत मान्सं झाल्यावर आनिक काय पायजे? कासारीण एकदम वर आली. बुडाबुडी पैसा साठविला, नि जमिनीचा एक एकर काळा करंद तुकडा खरेदी केला. इतकी सगळी आबादीआबाद झाली, तरी अजूनबी हिची पैसा मिळवायची हाव काई कमी हूत न्हाई. एकलीएक पोर्गी हून तिच्या वंशाची वेल सुकमारून गेली, वाळून गेली. ती पोर्गी नि तिचा दाल्लाबी हिच्याच डोंबलावर यिऊन बसल्यात. ऐतगब्बुगत हिच्या पैशावर चरत असत्यात आणि त्येनी तरी का चरू ने? तसा इच्चार केला, तर म्हातारीचं तरी दुसरं कोण खाणारं हाय? म्हाताराबी साथीच्या सालात कवाच आटपल्याला. मग ऱ्हाता ऱ्हायली पोर्गी. ह्ये आसं सगळं त्यंगाड्! तरीबी ह्या थेरडीची पैशाची खाज का कमी हू ने? नि ही आसं कुणासाटनं राबराब राबतीया? नि कुठल्या बळावर? नि ही ज्येंच्यासाठी मर मर मरती, बडद्याडती, त्येनला हिची काई आप्रूवाई हाय का? काणव हाय का! छे:, ईटाबद्दल डोस्क्याला शिणवावं तेवढं कमीच हाय! ईटा आता पार झडून गेलीया. बापय्गड्यात बसून 'अरे तुरे' करणारी, लै ते करून चिलीम ओढणारी, कवातरी गांज्याचा बार लगावायलाबी हयगय न करणारी आणि वाऱ्यासंगटबी भांडणारी ही ईटा कासारीण लैच मऊसूट आल्याली दिसतीया. कोणे एकेकाळची तिची गोरीपान, पर आता रापलेली कातडी सुकून पार खारीक झालीया. तोंडावरल्या सुरकुत्यांच्या जाळ्यात डोळं खोल खोल बुडून डोह झाल्यात. नाकाचा शेंडा इत्का दुलदुलीत मेलमुसा वाटतोय, की त्यो आता गळून खाली पडतोय का काय अशी धास्ती वाटावी.

"काय काय पायजे पाव्हणं – चिवडा, लाडू, शेव?" ईटानं

इचारलं.

“नको, नको. फकस्त सिंगल च्या बस्स!”

“गंप्याऽ च्या आन रं हिकडं – योक कप!” तिनं हुकूम दिला.

मग माज्याकडं त्वांड करून म्हणाली,

“कुणाच्यात आलायासा?”

“हात्तेच्या मारीऽ, वळाक ईसारलीस जनू! म्या जानु भार्मलाचा भाचा न्हवं का?”

“हा, हा! भार्मल मामा व्हय तुम्या?”

“व्हय... लहानपणापास्नं कित्याक डाव आलोय की हिकडं. वळखपाळक इसरलीस वाटतं?”

“न्हाई रं माज्या वासराऽ, ह्या म्हातारपनी काई यादच ईत न्हाई बग!”

एवढ्यात त्यो कोण ‘गंप्या’ – त्यानं च्याचा कप आणून माज्यापुढं ठेवला. च्या पिऊन झाल्यावर गल्ल्यावर सा नवं पैसं टाकून मी बाहीर पडलो.

कासारणीच्या हाटिलाला डावं घालून गेल्याला पांदीतनं धा-पाच मिंटं चाललं की सुतारवाडा लागतोय. वड्यापतोर पांद हाय. पांदीच्या दोन्ही अंगाला काळी करंद म्हारकी हाय, अगदी कुणालाबी हाव सुटावी अशी जमीन. म्हारं शिकलीसुदारली आनि पुण्यामुंबैकडं नोकरीसाटनं पळाली. मग ह्या जमिनी कसायच्या कोण? उनातानाचं– पावसावाऱ्याचं कोण बडद्याडायचं ह्यात? तवा टाकल्या फुकून कासारणीला. कासारीण तर काय, तिला हे पायजेच हुतं! ती बगळ्याचं ध्यान लावून बसलीच हुती! आता काय– साताठ हजाराचा नगद तंबाखू हुतोय ह्या जमिनीत. त्यो सारा लिप्पाणीच्या मार्केटाला येती इकून नि रोकड रुपय आणती मोजून!

मी लहानगा हुतो त्या वख्ताला याक डाव आलो हुतो ह्या मामाच्या वाडीला. तवा ह्या म्हारकीत एक मोठीच गमजा झाली हुती. तंबाखूच्या कापणीचं दिवस हुतं ते. तंबाखू कापून चाफ वाळवत घातलं हुतं. एकनाथ नि शिदबा ही म्हारं चाफांची राखण करायला जायची रोज रातीला. त्या रातीबी ती गेली. आनि दररोजीगत चाफाजवळच घोंगड्याची मुस्काट मारून झोपी गेली. अगदी डाऱ्याडुर, बिनघोरी. रातीचं चॉर

आलं. त्येनी पुरा चाफ बोदांतनी भरला, तरी ही आपली गडदेबजवानी पसरल्यालीच! मग चोरांनी ह्या दोघांचं हात-पाय एकमेकास्नी जाम बांधून टाकलं, तरीबी ह्ये भाद्दर लडदूगत तसंच नित्राटकी झोपल्याले! सकाळ झाली तन ह्यो सारा पर्कार गावकऱ्यास्नी समजला, तवा एकनाथ नि शिदबाला घरातनं बाहीर तोंड काढणं मुश्किलीचं झालं.

अशी ही गमजा! हिची याद घोळवत मी पांद पार केली आणि माघशची पुनेव कवाच सरलीया. तवा आता ह्या लगट सुतारवडा आला. वड्यात आसं कितीसं पाणी असणार? उगंच करंगळी एवढीशी बारकुळी धार खाल आंगाच्या करपाडीस्नं वाहत होती तेवढीच. वड्यात आल्यावर उजव्या आंगाला बघितल्यावर वावभर अंतरावर टुपदिशी खडकुळीवर नजर पडती. ह्या ठिकाणला वड्यात समदा काळाकरंद खडक हाय, म्हणून ह्या जागंला नाव पडलंय 'खडकुळी'! पावसाळ्यात ह्या खडकुळठीवरनं बेभान वेगानं पाणी उसाळत वाहतंय. म्या बारकुळा हुतो, तवा ह्या मामाच्या वाडीला आल्यावर शिरप्या, परश्या, धोंड्यासंगट ह्या खडकुळीवर रोज घसरगुंडी करायला यायचो. निस्स नागवे व्हायचो नि खडकुळीच्या व घरच्या टोकाला बसायचो की मिंटात खालच्या टोकाला पान्यासंगट तिरकमटयातनं तीर सुटल्यावानी यायचो. काय मजा यायची त्या वख्ताला!

ह्या खडकुळीकडं बघत, मनात ही आठवण जोजावत मी वडा ओलांडला, नि पुढचं चढाण चढून वर माळाला आलो. पावसाळ्यात समद्या दुनियेतला हिरवा रंग आपल्या अंगावर वतून घेऊन ह्यो राकट माळ मट्या मजेत पडल्याला असतोय. पर, आता गडी पार हडसून गेलाय. कुणी दुष्टावा केला नि राखंच्या मुठीच्या सुठी ह्येच्या अंगावर उधळल्या म्हणून ह्यो बापडा आसा झालाया का कुणाला दक्कल!

माळाच्या दूर चढावाला भुईमुगाची भुंडी रानं नि खाल सखलाटात तशीच शिवारंबी. सुगी संपल्याली, काय पीक असणार शिवारात? सारं कसं भुंडं भुंडं, रखरखीत दिसतंय. हां, एक मात्र, ह्या अफाट अशा माळावर टेकाडाला एक बाभळीचं झाडमतोर उभं हाय– शिवाराकडनं आलेल्या नि किलकिलाट करत मावळतीकडं भरारणाऱ्या पाखरांच्या एका थव्याकडं बघत!

ह्या झाडाजवळनंच वाट गेलीया. दूर, लांब माळाच्या माथ्यावर

राहून हे झाड वाटंवर पहारा करीत हाय जनू! त्येच्या जवळ जाताच म्या इचारलं,

"कसं काय शिपाईदादा – ठीक?"

पर, ह्या शिपाईदादाचं ध्यान पक्ष्यांच्या त्या थव्यांतच गुंतून पडलंय!

म्हणून आसंल, माजं बोलणं त्येच्या कानावर गेलं न्हाई. निलाजऱ्यावानी मी काय त्येचं ह्ये वागणं मनावर घेतलं न्हाई. निघालो तसाच.

आता माळाच्या घसारतीला सुरुवात झालीया. ह्या वाटंकडंलाच डाव्या हाताला भुईमुगाची लांबलचक पट्टी हाय. आता काय हिच अंगाखांद्यावर शेंगाचं हिर्वजर्द याल पसरल्यालं न्हाईत. म्हणून आसंल, कशी भकास वाटतीया ही! मी मुद्दामहून वाकडी वाट करून ह्या पट्टीत शिरलो. खाली बघत बघत चालू लागलो.

चुकूनमाकून ऱ्हायल्याल्या वावऱ्या शेंगा गोळा करीत नि खात... रोजच्या उन्हानं वाळून वाळून ह्या वावऱ्या शेंगास्नी एक आगळीच गुळमाट चव आल्याली असती! घडुचीवरल्या पोत्यातल्या फसाभर शेंगा घिऊन खात बसण्यापरास अशा ह्या वावऱ्या शेंगा हुडकून काढून त्येंची येगळी चव चाखण्यात एक न्याराच आनंद असतोय. त्यो अनुभवल्याबिगार कसा समजायचा पर्क्याला?

वावऱ्या शेंगा हुडकत, वेचत, खात मी माळाची घसारत पार केली, आन् सखलटानं आलो. परत हितनं पांदीला सुरुवात. पांदीच्या दो बाजूनं आरबाट चिक्क नि घाणीर वाढलंय. ह्या आसकाटातनं मधी मधी खासबास आवाज निघतोय. तिकडं टुबदिशी ध्यान जातंय नि काय? लालबुंद सरडा असतोय त्यो! कुटला साप नि कुटलं किरडूवाल्लं भ्या झालं!

हा हा म्हणूस्तका पांद संपतीया नि मग फुडं लागतोय बसवाण माळ. ह्यो खांदा छप्परगच्ची घरागत चढत-उतरत गेल्याला. त्येच्या माथ्यावर बसवाणाचं बारकुळं देऊळ. आजूबाजूला बेलफळाची नि लिंबाऱ्याची चार झाडंबी हाईत. बेलफळाच्या एका झाडावर भगवं निशाण फडकत्यालं हाय. गुढीपाडव्याच्या दिशी वाडीतल्या मारुतीच्या देवळापास्नं ह्या देवळापतोर वाजतगाजत पालखी येती. समोर उंचच्या उंच नि वर भगवं झेंडं लावल्याली डोलकाठी नाचवत ह्या काट्या दोन न्हाईतर लै ते तीन असत्यात. काठीच्या बुडापास्नं दोन-अडीच हातांवर

आडवी पट्टी शिवल्याली असती. ह्या पट्टीला खांदा टेकवायचा नि काठीच्या शेंड्यापास्नं खाली आल्याली दोरी एका हातात घिऊन सोताचा तोल सावरत डफाच्या नि पुंगाणीच्या तालावर काठी नाचवायची. ही काठी नाचविण्यात वाडीतल्या तरण्या पोरांत ईर्ष्या लागती. कोण खांद्यावर दोन दोन काठ्या घिऊन नाचतो, तर कोण खांद्यावर काठीला धरून एखादं प्वार उभं करून घिऊन नाचतो. हे सारं बघून मधून एखाद्या म्हाताऱ्यालाबी हुक्की येती, मग त्यो खांद्यावर ती उच्च डोलकाठी घिऊन असा नाचतो, असा नाचतो की, तरणी पोरंबी चकित व्हावीत, ते जुनं पानी बघून! अशा वख्ती दारूचा एक बार भरल्याला असला म्हंजे तर मग काय बघायलाच नको, मज्जाच मज्जा!

ती लांबनं जी पायवाट यिऊन हितं ह्या देवळाजवळ गाडीवाटंला मिळतीया, ती लिप्पाणीस्नं आल्याली. ह्या पायवाटेनं गेलं की लिप्पाणी तीन-साडेतीन मैल लागती. शिवारातली पिकं उगवल्यावरच ही पायवाट चोरट्यागत उगावती... पावसाळ्यात दिकपाल हुती... मग तर ही गाडीवाट पाचवीलाच पुजल्याली. ह्यावरनं तिठ्ठ्यापतोर चालत जावून येस्टीनं लिप्पाणीला गेलं की, थोडा मुरा पडतोय. पैसंबी जात्यात ह्यो पाईंट!

ह्या पायवाटंवर सकाळच्यापारी बघावं. दिस नुकताच उगवा लागलाय. बायका एक दुसरीला हाळी घालत वाडीबाहीर पडत्यात. लिप्पाणीला तंबाखूच्या खळ्यात पोचायला योळवखोत हुईल, वखारीतल्या त्या कुगसमी मुकादमिणीच्या शिव्या खाव्या लागतील, नि तसं काई झालं तर एकांद्या वख्ती ती कामावरबी घ्याची न्हाई आपुनला! मग दुपारच्या जेवणासाठनं बांधून आणल्यालं जेवाण तसंच डुईवर सांभाळत नि हात हालवीत गावाकडं परत जावं लागलं, आणि अशी परत आल्यावर दाल्ला न्हाईतर सासू-सासरा ह्यांच्या कानकिट्ट हुईपतोर शिव्या खाव्या लागतील. अशा अनेक धास्तावाने बायका लगालगा चालल्यात. नुस्त्या चालल्या न्हाईत तर जेवतबी न्हाईत. हे एकाच वख्ती कसं काय जमतंय? मटं अचीट वाटंल कुणाला! पर हे काई त्येनला तरी अवघड न्हाई. डुईवर दुपारच्या जेवणाचं गाठुडं हाय. हे गाठुडं डोस्कंच सांभाळून धरतंय. त्येला हाताच्या आधाराची जरुरी लागत न्हाई! डाव्या हातात भाकरीचा तुकडा हाय. त्यावर सुक्या मुगाच्या डाळीची उसळ, न्हाईतर

झुणका अगर डांगर आणि सोबत हिरव्या कांद्याची एखादी पात, उजवा हात तुकडा मोडून भराभरा घास तोंडात कोंबतोय, कराकरा खाण्यासाठी कांद्याची पात उचलतोय आणि अशी सकाळची न्ह्यारी हूत असतानाच पावलं वाटंवरनं जलदीनं पडत हाईत. लिप्पाणी जवळ करीत हाईत. कशासाठी? तर त्येबी पोटासाठी. नि रोजच्यारोज ह्या तारदाळ्या द्याव्या लागणाऱ्या जिंदगानीबद्दल काईच तक्रार, त्रागा न्हाई! कारण बायकांचा जलम् असतोय ह्यो ह्यासाठीच! कळत असल्यापास्नं ऱ्हाबायचं! ल्हानपनी आईबापाच्या इथं, आन् मोठेपणी लगीन झाल्यावर दाल्ल्याच्या इथं! भल्या पाटंचं उठायचं. गोठ्यातली श्याणंघाणं काढायची, तोवर अर्धमुर्धं तापल्यालं पाणी अंगावर वतून घिऊन 'कावळ्यावानी' आंगुळ करायची, मग रपारपा भाकरी बडवायच्या, झुणका गरगटायचा, तांदूळ 'वायलावर' टाकायचं, आणि एवढं झाल्यावर आधल्या दिवशीचं सगळं धुणं गुंडाळायचं नि गावाच्या खाल आंगाकडून वाहणाऱ्या ह्या सुतारवड्यातनं धुवून आणायचं. तोवर दिस उगवल्याला असतोय. लगालगा घरात यायचं. भाकरी बांधून घ्यायची. त्याच वाटंनं जातावख्ती न्ह्यारी करण्यासाठी चतकोरभर तुकडा वरच ठेवायचा आणि मागील पारा उडून गेल्याल्या धुरकट आरशात कपाळाचं कुंकू ठीक हाय का न्हाई हे बघायचं नि बाहीर पडायचं. लिप्पाणीत मग रात्रीचं साडेआठ-नऊ वाजस्तंवर काम, मोसमात कित्येकवेळा रातपाळीचा न्हाईतर पांटपाळीचा रामरगाडा. अशा वख्ती रातीचं साडेबारा-एक, न्हाईतर पाटंचं साडेपाच-साच्या टायमाला सुट्टी व्हायची. मग गावाकडं यायचं. काम करून नि वाट चालून शिणवाटून, दमून भागून गेल्यालं हात-पाय गोळा करायचं; जेवानपानी करायचं. इतरास्नी वाढायचं. आपुन चार घास खायाचा आणि मग खरकटी भांडी उद्याच्याला उजळता येतील, असा इचार करून बाजूला सारायची, घरातला दिवा फुकायचा, आन 'शिवाऽ' म्हणून आंथरुणावर आंग टाकायचं. आता डोळा लागतोय आसं वाटूस्तवरका नवरा आंथरुणावर आल्याला असतोय. आरध्यामुरध्या झोपंत, आरध्यामुरध्या जागंपनी त्येचा आगाऊपणा सहन करायचा. (आन् अशा अनेक आगाऊपणाच्या खुणा म्हणून एक एक पोरास्नी जल्म द्यायचा नि पुन्हांदा त्येंच्यासाठनंच खस्ता खायाच्या, तारदाळ्या द्यायच्या, आटापिटा करायचा.) मग कवा तरी डोळा लागायचा, आन्

पाटंच्या टायमाला सवयीनं डोळा उघडायचा, आणि पुन्ह्यांदा नव्या दिसाचा भार डोक्यावर घ्यायासाठी तयारी सुरू करायची. ह्योच जलम! ह्यापरास काई निराळं आसं व्हायचंच न्हाई, तवा अशा-अंदेशा तरी कशाचा धरायचा? तक्रार का करायची? वंगाळ वाटून का घ्यायचं? माणसाचा जलम, जलम म्हंत्यात त्यो ह्योच, तवा ह्यापरास आनिक दुसरं काय असणार?

ह्या पायवाटंला त्वांड असायला पायजे हुतं, म्हंजे आणिकबी बरंच कायबाय तिनं सांगितलं असतं, पर...

ह्या बसवाण माळाच्या माथ्यावर आलं नि जरासं पुढं जाऊन जरा डाव्या अंगाला वळलं की, माणूस सरळ बसवाणाच्या देवळाजवळ जातंय. कधीमधी ह्या मामाच्या वाडीकडं मी यायला निघालो, की वाडीत जायच्या अगुदर ह्या बसवाणापुढं डोस्कं टेकून पुढं जातो. लहर लागली, तर देवळाच्या ह्या कट्ट्या टेकतोही.

मी देवळाजवळ आलो. पाया पडलो, आन् उंबरठ्यावरची माती कपाळाला लावली. आंगारा तर कुटंच दिसत नव्हता ठेवल्याला, आंगाऱ्याचं कुंड तर रिकामंच हुतं. मारीऽ मी ह्येंच्या, ही वाडीतली गुरवं देवाच्या नावानं फुकटच जमिनी लाटत्यात. त्यामानानं देव-देवस्थानाची निगा बघावी तर इल्ला इल्ला!

मग मी बाहेर आलो, बाहीरल्या कट्ट्यावर जवळच्याच लिंबाऱ्याची सावली पडली हुती, त्या सावलीत बसलो निवान्तपणानं.

समोर दूर मावळतीकडल्या सखलाटात हंबीरराव मोहित्याचा उसाचा घाणा चालल्याला दिसतोय. उसाच्या इंजनाचा ‘पक् पक्’ आवाज ह्या दोपारच्या करांत मोटा इचितर वाटतोय. काहिलीखालच्या जाळाचं हवेत धुराचं लोटच्या लोट जात हाईत. उन्हामुळं त्येंचा किरमिजी रंग लै उठावदार दिसतोय. जवळच उसाची पांढरी धोट चिपाडं वाळत घातल्यात माळाकडल्या बाजूला. त्या चिपाडातनंच निघाल्यावानी एक पाऊलवाट रेघ वढत, चालत ह्या देवळाकडं आलीया.

फुरं झाला आता इस्वाटा, उठावं झालं. असं यवजून उठणारच हुतो मी, एवढ्यात चिपाडातनं आल्याल्या वाटंवर माझी नजर गेली. त्या पायवाटंवरनं एक बाई येत हुती. लांब लांब ढेंगा टाकत, झपाझपा चालणाऱ्या तिच्या चालीवरनं तरी वाटलं ही नक्कीच सुताराची पारू

असावी. खरंच पारूच असावी का? दुसरी कुणी तरी का आसू ने? सारक्यावारक्या चालीच्या का कमी बायका असत्यात? असा मनी अंदेसा चालला हुता, एवढ्यात ती बाई जवळ आली आन् खुणा पटत गेल्या, खातरजमा व्हाय लागली. व्हय की, पारूच ही. नक्कीच!

जवळ आल्यावर म्या काई इचारायच्या आत तिनंच इचारलं,

"कोण भिमू काय – सिन्नरचा?"

"व्हय."

"कवा आलास?" डोस्क्यावरचा हारा जरासा उचलून डुईचा कढ घालवीत तिनं ईचारलं.

"ह्यो काय, आत्ताच येतोय. देवाच्या पाया पडून जरासा टेकलो हुतो, आता उठणार एवढ्यात तू दिसलीस नि काय!"

"इतक्या लांबनं मला वळीकलास?" तिला मट आचाट वाटलं नि आनंदबी.

"का बाऽ, वळखणार न्हाई आसं वाटलं?"

"तसं काय न्हाई खरं, म्हटलं वळखपाळख इसरलास की काय?"

"मी ईसरन व्हय? उलटं मीच तुला इचारलं..." ह्या पारूचा कधी तरी इसोर पडणं शक्य हाय का? एकदा लहानपणी ह्या वाडीला आलो व्हतो. मामाच्या पोरासंगट ह्या बसवाण माळावर ढोरं राकायला आलो व्हतो... तवा ही पारूबी आपली शेरडं घिऊन चारायला आली हुती... तवा खेळता खेळता पोरानी हिचा दाल्ला बनविलं हुतं मला. त्यावख्ती आमची दोघांची एका रेडकावरनं वरात काढली व्हती. ह्या बसवाणाच्या देवळापतोर, 'वरात' ह्या देवळात आल्यावर पोरांनी मला इचारलं व्हतं,

"बायकु इसरशील काय बटवा?"

"बटवा!"

"काढ चिंचा"

"का बा?"

"अरं मर्दाऽ, खऱ्या लगनात आसं जर बोललास तर नारोळ वसूल करत्यात, समजलं! काढ चिंचा काढ!!"

आन् मग खिशातल्या गाभोळलेल्या चिंचा द्याव्या लागल्या हुत्या. दुसऱ्याच दिवशी या नवरेपणाच्या हक्कानं वढ्याकडं जाणाऱ्या पांदीत कुणी न्हाई आसं बघून मी ह्या पारूचा हात धरला हुता, आन् गालबी

चावला हुता! तवा पारू रागानंच म्हणाली हुती,

"आता केलास ते केलास, आसं पुन्ह्यांदा करायचं न्हाई, सांगून ठेवतो!"

"का बाऽ काय झालं?" करून सवरून अगदी न उमजल्याचा आव आणला मी.

"आता काय आपणाला लहान समजतोस व्हय तू?"

"मग म्या मोठा कधीपास्नं झालो?"

"म्हाईत न्हाई व्हय तुला?" माजा गाल चिमकारीत ती म्हणाली व्हती...

"आये गंऽ" तिच्या चिमकाऱ्याने मी कळवळलो व्हतो.

आन् आता ही पारू इचारतीया, "वळखपाळख इसारलास की काय?"

भलेऽ अशा वळखी कधी कुणी इसरलंय जनू!

"अशी किती उशेर उभा ऱ्हाणार? ये बस ये की वाईच!" आतापतोर अवघडल्यावानी पारू उभीच हुती.

माजं बोलणं ऐकताच डोस्क्यावरची बुट्टी कट्ट्यावर ठेवून आपल्या-माझ्यामध्ये योग्य अंतर ठेवून ती बसली.

"कवा आलीस सासरहून?" गळ्यात मंगळसूत्र दिसत हुतं, तवा असं काई इचारलं तर वावगं ठरलं नसतं...

"झालं की आठ-धा दिवस."

"बाकी सासरमतोर मानवल्यालं दिसतंय हं!" पिकलेल्या लिंबागत रसरसलेला तिचा चेरा बघत मी म्हणालो.

"चल्ल जा तिकडं. उगंच कायतरीच!"

"बरं, ऱ्हायलं बाबाऽ, या उनातानाचं कुटं तानपट्टी काढलीतीस?"

"ह्या बुट्टीकडं ध्यान गेलं न्हाई जनू आजून!"

"बुट्टीकडं गेलंय की, पर आतल्या जिन्नसाकडं कुटलं जातंय!" बुट्टीत उसाची कंडकी, रसानं भरल्याला एक तांब्या, एका फडक्यात गुंडाळल्याला बचाकभर गूळ नि वटाण्याच्या शेंगा हुत्या.

"मोयत्याच्या घाण्याला गेलीतीस?"

"व्हय..."

"घाण्यात बा हाय?"

“व्हय. त्येची भाकरी घिऊन गेलतो. काईल उतरूपतोर तिथंच बसलो, नि मग काईल उतरल्यावर ह्यो गरम गरम गूळ आनि ह्यो ताजा रस घिऊन आलो. घे तुलाबी जरा!”

घरातल्या ल्हान चिल्यापिल्यास्नी आणल्यां ते जिन्नस मीच खाऊन फस्त करणं हे मात्र तेवढंसं बरं वाटलं न्हाई. म्हणालो, “मी काय आता ल्हान हाय हे सगळं खायाला?”

“लहान पोरांनीच हे जिन्नस खावावं आसं काय हाय काय? गप्प घे...” माज्या हातावर गूळ ठेवीत ती म्हणाली.

“तू खाईत न्हाईस? काय म्याच फकस्त खायाचं?”

“म्या घाण्यात चिक्कार खाल्लाय!”

“खाईनास का! पर माज्याबराबर जरातरी खायलाच पायजे...”

गूळ खाणं संपल्यावर ती म्हणाली,

“बरं, उठूया आता?”

“उठूया, चल तर...”

आन् दोघं माळाची घसारत उतरू लागलो... काही वेळातच वाडीच्या शिवंशेजारची पांद लागली... आम्ही त्या पांदीतून चालू लागलो. थोडासा योळ असाच गेला. मला मग जाणवलं की, तिच्याबद्दल, तिच्या सौसाराबद्दल आतापतोर म्या काई इचारलंच न्हाई! तसा म्हणालो,

“पारूऽ तुला मूलबाळ काय झालंय का न्हाई अजून?”

म्या आवचित इचारल्यल्या ह्या सवालाचा पयल्या झूट तिला कायच बोध झाला न्हाई. म्हणाली, “काय म्हनालास?”

मी माजा प्रश्न पुन्हा इचारला. तशी ती लाज लाज लाजली. पदरानं निम्मा आर्धा चेरा झाकून घेतला तिनं.

मी चकित झालो. ह्यात लाजन्यागत काय हाय? मला कळलं न्हाई. ह्या पोरी नको तवा लाजतील नि न्हाई तवा फसतील!

“जाऽ तिकडं! काय तरीच इचारतोस!” ती म्हणाली.

“काय तरीच काय? आँ!”

आन् ती आणिक लाजली. डुईवर बुट्टी नसती, तर दोन्ही हातांनी तिनं पुरा चेरा झाकून घेतला असता.

म्या डोस्कं खाजवू लागलो आन् मग डोस्क्यात लख्ख उजेड पडला! विचारलं,

“कितवा म्हैना गं!”

“दुसरा...”

“मग आम्हास्नी पेढं दिलं पायजे हं, सांगून ठेवतो!”

“आता गंऽ बय्या, नि ह्या गावात पेढं कुटनं पैदा करायचं!”

“बरं, त्ये ऱ्हावू दे, निदान च्या तरी मिळंल का न्हाई?”

“मिळंल की...”

“कवा? पोराच्या बारशात की लगनात?”

यावर ती खुदकन हासली नि हासतच म्हणाली,

“आताच देतो की, चलतोस घराकडं?”

“आता? आता नको बाऽ आणिक कवा तरी ईन!”

हा वेळपतोर गावची वेस आली. वेशीत मारुतीचं देऊळ हाय. देवळापुढं जुनाट वडाचं झाड. त्येच्या कितीतरी पारंब्या जमिनीत घुसल्यात. एक मोठा धुपलाच झालाय.

मारुतीला पाया पडून गावात शिरलो. ह्या दिसात विशेष अशी मान्सं गावात नव्हतीच... निम्मी आर्धी मान्सं लिप्पाणीला, तंबाखूच्या कामाला, कोण तंबाखूच्या दुकानात हमालीला, तर कोण जळाण काटुक इकायला... आणि उरली म्हातारीकोतारी, पोरंटोरं तेवढी गावात... त्यामुळं रस्त्यात वळखीचं आसं कुणी भेटलं न्हाई...

थोड्या वेळातच शेलार आळी आली. तशी ती थांबली. न ढळल्याला पदर उगंच सारखा करीत म्हणाली,

“ये घराकडं फिरत उद्या, परवा...”

“बरं...” म्हणालो नि चालू लागलो. तीही शेलार आळीत वळली.

मग तीन-चार मिंटातच मामाचं घर आलं... हमचौरसी, मोठ्या दाराचं नि दाराच्या दोन्ही बाजूंस बसण्यास कट्टी असल्यालं...

दारात धाकल्या मामाच्या पोरांनी गल्लीतल्या पोरांबरोबर गोट्यांचा डाव मांडलाय. मला येत असल्याला बघून ‘दादा आलाऽ, दादा आलाऽ’ असं आरडत ती माज्याजवळ आली. त्येंनी मला यरगटून घेतलं नि काय होतंय काय न्हाई हे समजायच्या आत माज्या हातातली बटाराची पिशवी हिसकावून मी आल्याची वर्दी देत घरात पळाली.

मी घरात शिरलो. मी आल्याचं समजताच बाहीरल्या सोप्यात आल्याली माजी आजी पुढं झाली. तिनं मला छातीशी धरलं. माज्या

गालावरून हात फिरवून ते आपल्या कानसुलाजवळ नेवून, कडाकड बोटं मोडून, माजी दृष्ट काढली आन् म्हणाली,

"माजा बाबा त्योऽ, उन्हातानाचं आलं माजं सोनं... आनि किती वाळलास रं माज्या लेकरा?"

आणि वाडीला आल्यावर दर खेपंला खराब झाल्यागत दिसणारा मी मायेच्या मोहनजाळीत गुरफटून जातोय... गुरफटून जातोय...

दोन

आल्या आल्या भरपेट जेवलो नि बाहीरल्या सोप्यात पेंगुळल्याल्या डोळ्यानं उगाच पसरलो हुतो. इतक्यामंदी कानावर दाणेदार बोलणं पडलं.

"येश्या, पाव्हणा लै दिसानं आला रं?"

आवाज वळखीवळखीचा वाटत हुता, पर नेमका कुणाचा ह्याचा लौकरसा दूम लागत नव्हता. मी मनातल्या मनात डोस्कं खाजवू लागलो आणि मग आपसुक डोळं किलकिलं करून बघू लागलो. तवा समोर नेमका येश्या दिसला. ह्यो माज्या मधल्या मामाचा धाकला ल्योक, सा-एक वर्साचा. मी बघितलं, तवा त्यो कमरंवरनं खाली उडी मारायला बघणारी चड्डी

सावरत म्हणत हुता,

"व्हय, लै दिसानं आल्यात, म्हाईसारनं बोलावणं पाठविलंत म्हणून आल्यात..."

"आता पाव्हणं कुटल्या मुलखाला असत्यात रं?"

बोलणारणीच्या बोलण्याला एक नाद हुता, एक ठेका हुता, एक ताल हुता. नाचीच्या आवाजाची लय नि पायातली गिरकी हुती. कुणाचा बरं ह्यो आवाज? खरंच कुणाचा? माजी उत्सुकता आता शिगंला पोचली, आन् मी पटकन डोळं उघडलं... अरेच्या मारी, ही तर पवाराची फुलवंती, फुला!! बऱ्याच वर्सांनी ही मला नजरं पडतीया. आता तशी लहानपणी वाडीला आल्यावर लैंदा बघितलीती, नि पुढं कितीतरी दिस आन् म्हैन्याच्या लोंढ्यामदी तिला इसरल्यागत झालो हुतो... त्या वख्ताला कळी उमलायची व्हती, पर आता तिचं फूल झालं हुतं आन् ह्या ताज्यातवान फुलाला कुणी भाग्यवान मालकबी गावला हुता!

मी डोळं उघडून बघताच तिची कोण गडबड उडाली! तिच्या टरारून फुगलेल्या छातीवरनं पदर घसरल्याला हुता, आन् येशाबरोबर बोलण्याच्या भरात त्येची जाणीव तिला नव्हतीच, पर मी डोळं उघडल्यालं बघताच तिचा पदर चटदिशी जाग्यावर जाऊन बसला!

तिच्या दौलतीकडं असल्याला माज्या नजरांचा रोख तिच्या ध्येनात आला. ती लाजल्यागत झाली. तिच्या हातानं अभावितपणानं पदर सावरल्यावानी केलं नि त्यो तितंच स्थिर झाला.

माझ्या नजरंला बांध घालीत मी दुसरीकडं कुटंतरी बघितलं आणि म्हणालो,

"फुलेऽ, कवा आलीस गं?"

"आत्ता ह्येच की!"

"त्ये म्हाईत हाय गं ऽ मला, पर म्हायारला कवा आलीस?"

"म्हायारला यायला नांदाय कुठं गेलतु?"

"म्हंजेऽ, नांदणं तुटलं का आणिक तुजं?"

"तसं काय वाईट वंगाळ न्हाई झाल्यालं, खरं नांदायचं कुणाच्या जिवावर?"

"का? नवरा काय करून हाय?"

“नवरा असल्यावर मग कशाला! त्यो ढासळलाय गिरणीतल्या कामाला... मुंबैला... तितं ऱ्हायला जागा मिळंना म्हणून न्हीत न्हाई मला!”

“पर रजेबिजेवर आल्यावर गाठभेट हुती का न्हाई?”

“हुनजावून त्ये काई खरं न्हाई!”

आणि एखांदा नावडता विषय टाळावा तशी तिनं बोलण्याला बेमालूम बगल मारली... हल्ली मी कुटं असतोय? काय कामधंदा करतोय? तिकडं कसं काय दिवस हाईत? हितं कितींदी ऱ्हाणार हाय? समदं इचारून घेतलं. मी दिकून द्यायची तशी उत्तरं दिली... आन् मग घटकाभरानं ती निघून गेली...

असं पयल्या झूटलाच तिनं माजं चित्त बांधून टाकलं. मग कुटली झोप येतीया नि कुटलं काय! कुणाचंबी ध्यान खेचून घ्यावं, जाता जाता उरी चटका लावून जावावं आसंच तिचं रुपडं हुतं... मध्यमशी उंची, गोरा गोरा रंग, बदामावानी डोळं नि कपाळावर– हनुवटीवर हिर्वं गोंदण... गाठीच्या चोळीचा बांध फोडायला आसुसल्याने आन् येच्यासाठी गळ्यालगतच्या बटनाला जबरी करणारे भरदार, उभार नि कवठागत कठीण जोबन... पायगोळ लुगड्यातनं कवातरी डोकावणारं, आन् बघणाऱ्याच्या काळजाचा कचकन वेध घेणारं निरोगी पोटरीचं चमकदार पातं... दर एक हेलकाव्याबरोबर तरणीताठी मनंबी हेलकाविणारं घाटदार पुट्ठं... आन् तिचे त्ये व्हट जसं फुटल्यालं डाळिंबं, जशी पिकल्याली लालभडक नि लांबट तोंडली... बघताच उचलून व्हटात धरावी आन् मन लावून चव चाखावी...

मी आजपावेतो पाव्हण्यापयांची कित्याक गावं हिंडलो व्हतो. कित्याक बायांच्या ठसठशीत काया बघितल्या हुत्या. टिचकी मारली तर ‘टच्’ करंल आसं कित्याक बांधं बघितलं हुतं. पर खरंच, तिच्यागत लवलवणारी मासळी, चमकती बिजली, गुलाबाची कळी, रानची रानी आजपतोर बघाय नव्हती.

पर ती गुलछडी कुणातरी भाग्यवानाच्या मालकीची हुती, नि त्येच्या मालकी हक्काचं निशाण आपल्या गळ्यात बाळगून हुती... कुणालाबी तिच्या दाल्ल्याचा हेवा वाटला असता. मलाबी तसा वाटला, ह्यात माजी काय चूक?

खरं सांगायचं तर, म्हाईसाटनं मामाच्या वाडीला आल्याला मी चार-आठ दिवसाचा पाव्हणा. परवा म्हाई, पर सांगावा कळताच आजच मी मामाच्या घरात येऊन टपकलो व्हतो. असा मी घटकंचा पाव्हणा, अन् अशा पाव्हण्याला तिच्यासारख्या पोरींच्या बाबतीत जास्त-कमी खोलात शिरून उपेगी नव्हतं. पाव्हण्याला सोबल असंच म्या व्हायाय् पायजे हुतं – आपल्या पोलमीनं...

आन् तसंच म्या ठरविलं. तिच्याबद्दलच्या इचारांच्या जळबाटांवर खराटा मारला, त्येनला पार पिटाळून लावलं नि लवंडल्या लवंडल्या उगंच मनाला गोतं बसायचं नको म्हणून उठलो... पराड्याआंगाच्या न्हाणीत जाऊन खसासा त्वांड धुतलं, चूळ भरली...

"च्या करू काय भीमराव?"

पटक्याच्या शेवानं त्वांड पुसत आत आल्याला मला बघून मामीनं इचारलं.

"छा:ऽ, कशाला च्या! ह्या उन्हाळ्याच्या दिवसांत सारखं सारखं च्या पिणं बरं न्हवं, कडकी हुतीया त्येनं... वाईच ताक आसलं तर दे मीठ टाकून, पितो नि जरा मळ्याकडं चक्कर टाकून येतो..."

मामीनं दिल्यालं ताक पिऊन मी बाहेर पडलो... गाव मागं पडताच तोंडानं शीळ घालीत मज्जात निघालो... मळ्याच्या पायवाटंला लागलो...

तीन

दुसरा दिस उगावला. दिवस कासराभर वर आल्यावर आंघुळीसाठी म्हणून बाहीर पडलो. 'घरातच आंघुळ कर लेकरा.' असं आजी म्हणत हुती. चार तांबे अंगावर पडलं, चार तांबे खाली न्हाणीत पडलं अशी घरातली आंघुळ मला कशी आवडावी? हिरीतली आंघुळ नि घरातली आंघुळ ह्यात जमीन-आस्मानाचा फरक... मिनतवाऱ्या करून, मिंत्या करून कशीतरी आजीची समजूत घातली व्हती नि बाहीर पडलो व्हतो... आजी अजूनबी कुकुल्लं बाळच समजतीया काय?

गावच्या वढ्याच्या कडंला एक ऱ्हाट हुता. सर्कारी मदतीनं बांधल्याला. त्या आडाचं पाणी सारी वाडी वापरत हुती. वढ्याच्या वरच्या आंगाला फर्लांगाच्या

अंतरावर चावरेकराची हीर हुती. हिरीकडं जायाची पायवाट आडाजवळनंच गेली हुती.

मी रमतगमत, शीळ घालीत सवयीनुसार आपल्याच तंद्रीत चाललो व्हतो. इतक्यामंदी कानावर बोलणं पडलं.

"काय हो पाव्हणं, हिकडं कुटं वाट चुकलासा?"

म्या वर पाह्यलं तर पवाराची फुली! डोईवर एक नि डाव्या कमरंवर एक अशा पाण्याच्या भरल्याल्या घागरी, खांद्यावर हाताची खुंटी करून टाकल्याला भिजका दोर अशी फुली... तिनं उजव्या हातानं डोईवरची घागर सावरून धरली हुती, त्यामुळं तिच्या उजव्या जोबनाला मोठा मनोहारक ताण पडला हुता. आगदीच आपुरं आसं एक विटकं जुन्यार नेसल्यानं तिच्या गोऱ्यापान नि निरोगी पोटऱ्या पुऱ्या उघड्या पडल्या हुत्त्या... केळीच्या खोपागत असल्याली डावी मांडी जराशी बाहीर डोकावत हुती... पाण्याच्या खेपा आणून आणून तिचं जुन्यार, लैते करून कमरंखालचं, भिजलं हुतं... तिची अशी निम्मी आर्धी भिजून किच्च झाल्याली छबीदार सुरत फाकडी बघून भल्याभल्यांची नजर वाकडी झाली असती, तिथं माजा काय पाड? कालच्यावानीच खिनभर तिच्या दाल्ल्याबद्दल माज्या मनी आकस निपजला... अशा ह्या टवटवीत, बाश्या फुलाचा मालक कसा आसंल? दिसायला? वागायला? बोलाचालायला? लै सवाल मनात भाऊगर्दी करू लागलं...

"काय बघतोस एवढं ऽ निरखुनश्यानी?"

तिनं मला एकेरी बोलवत सवाल केला. तसा मी दचकलो... मी दचकल्याचं बघून देखून ती हासली... आनिक हासली... जीव खुळा खुळा व्हावा, न्हवं खूळच लागावं, असं हासली... आन् मी गोंधळून गेलो... खरंच, तिचं वागणं मोठं धिटाईचं हुतं. रगेल नि रंगेलबी वाटावं आसं हुतं... कदाचित बाईमान्साला सोबणार न्हाई आसं वाटण्यासारखं हुतं... आन् आसं आसून मीमतोर तिच्याम्होरं बापय मान्साला सोबणार न्हाई असा वागत व्हतो. पाव्हणा, पाव्हणा म्हणून उगंच बुजत भुजत हुतो... तिचा नवरा मुंबैला गेल्याला. त्यो कवा तरी सटीसामासी आला तर आला... मग तिची-त्येची भेटगाठ व्हायची... नि मग संधी बघून देखून तिला शेजसुख मिळायचं अन् मग आपली रजा खल्लास झाल्यावर त्यो गब्रु परत मुंबैला जायचा, ती आसली आग पेटवूनच

का! भूक लागल्यावर माणूस अन्नाकडं वोढ्यावून जातं, आन् मग कवातरी नशिबी भरलं ताट आल्यावर बकाबका खातं खरं, त्येच्यानं भूक भागती का? तृप्तीचा ढेकर येतोय का? न्हाई बरं फुले, न्हाई! उलट आग पडती. खावं खावं, किती खावं, सारखं खावं आसं वाटायला लागतं... आग वाढत जाती... 'खावं, खावं'हून जातं पर वेळच्या वेळंला पुढ्यात अन्न पडत न्हाई... आशी परिस्थिती असल्यावर मग किती दिवस मान्सानं कड काढायचं? आतल्याआत सोसून घ्यायचं... मग माणूस चोरी करायचा इचार करायला लागतं... मार्ग हुडकू लागतं... आडाखे बांधायला लागतं, सफल हुतील आसे, खपून जातील आसे! आन खरंच, ह्या फुलीच्या बाबतीत आसंच व्हायला हुतं का? आसंच झालं हुतं कां?

आन् आसं जर आसंल, तर मी का म्हणून चांगल्या-वाइटाचा इचार करीत बसावा? तिच्या हाकंला हाक का दिवू ने मी? खरं सांगायचं तर, आता मी धिटाईनं वागायचं ठरविलं... पाव्हणेपणा, बुजरेपणा नि त्येचं आनल्यालं सॉंग, सारं सारं झाडून झटकून टाकायचं ठरविलं... आन् आसा इचार मनी पक्का करूनच म्हणालो,

"काय बघतोय म्हंजे? तुज्याकडंच तर बघतोय!"

"माज्यात काय हाय एवढं बघण्यासारखं? का माज्या गालाला काळंबिळं लागलंया?"

"ते आता बघितल्यावरच काय ते समजायचं!"

"आत्ता गंऽ बय्याऽ म्हंजे?"

"म्हंजे आसंऽ, आदी कमरंवरची घागर खाली ठेव!"

"आनि रंऽ"

"आनि तिच्या पाण्यात निरखून बघ!"

"म्हंजे काय हुईल?" येड पांघरून पेडगावला जात तिनं इचारलं.

"तू किती किती वंगाळ हाईस त्ये दिसंल!"

"आता नि शिवनंऽ!"

"व्हय गंऽ खरंच!"

"बोलाचालाय लै बेरकीच झालायास की!"

"छा: छा:, आदीपास्नं म्या तसा आजिबाद नव्हतो..."

"मग!"

“ह्या वाडीत यिऊन तुला बघितलं, आन् असा झालो बघ!”

ह्यावर ती बिलंदरागत काय तरी बोलणार व्हती खरं. तेवढ्यात पाणवठ्याकडल्या, आडाकडल्या, सखलातनं तीन-चार घागरी वर येत्याल्या तिच्या धूर्त नजरंला दिसल्या... आन् तिकडं बॉट दाखवीत ती निघून गेली– जाऊ ने आसं वाटावं, तरीबी जायय भाग पडावं, अशा चेऱ्यानं! आन् माजा तरी पाय जाग्यावरनं कुटं हलत हुता? खेळात रंग भरल्यावर, मधीच सारा डाव इस्कटावा नि त्यो इस्कटणाऱ्याकडं आपून जसं बघावं, तसं सखलातल्या त्या घागरीकडं व त्या घेतलेल्या बायांकडं बघत मीबी हिरीकडं निघालो... झपाझपा चालू लागलो...

कालच ह्या फुलीबद्दल मी काय इचार यवजून ठेवला हुता, नि आज कसं वागलो! माजं मलाच हासं यायला लागलं... ही घसरगुंडी आशीच चालायची, चालवायची का थांबायची? नि कवा? का हे आसंच सुरू ऱ्हायचं? नि ह्येचा शेवट तरी काय? माझं मलाच समजंना. खुळ्याकावऱ्यागत हून गेलं...

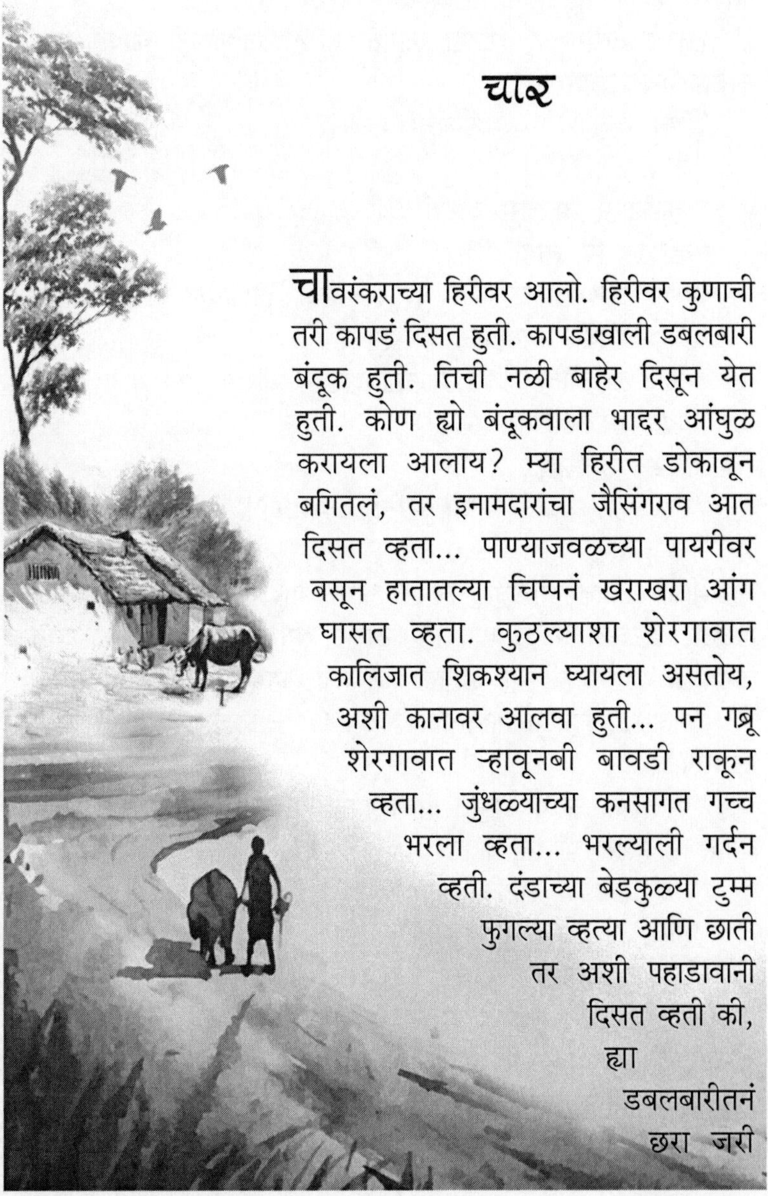

चार

चावरंकराच्या हिरीवर आलो. हिरीवर कुणाची तरी कापडं दिसत हुती. कापडाखाली डबलबारी बंदूक हुती. तिची नळी बाहेर दिसून येत हुती. कोण ह्यो बंदूकवाला भाद्दर आंघुळ करायला आलाय? म्या हिरीत डोकावून बगितलं, तर इनामदारांचा जैसिंगराव आत दिसत व्हता... पाण्याजवळच्या पायरीवर बसून हातातल्या चिप्पनं खराखरा आंग घासत व्हता. कुठल्याशा शेरगावात कालिजात शिकश्यान घ्यायला असतोय, अशी कानावर आलवा हुती... पन गब्रू शेरगावात ऱ्हावूनबी बावडी राकून व्हता... जुंधळ्याच्या कनसागत गच्च भरला व्हता... भरल्याली गर्दन व्हती. दंडाच्या बेडकुळ्या टुम्म फुगल्या व्हत्या आणि छाती तर अशी पहाडावानी दिसत व्हती की, ह्या डबलबारीतनं छरा जरी

तिच्यावर मारला तरी त्यो परतून ईल, पर आत घुसायचा न्हाई. चेरा लैसा मवाळ वाटत हुता. त्येच्या गव्हाळ रंगानं त्यो जरासा बायकी वाटत व्हता आणि डोळं तर आसं दिसत व्हतं की वाटावं, कुणीतरी नुकतंच ह्येला सपनातनं उठविल्यालं हाय जनू!

"काय जैसिंगराव, वळख लागती का?" अंगातली कापडं काढता काढता म्या इचारलं.

"भिमू न्हवं तू – भार्मलाचा भाचा?"

"व्हय..."

"म्हाईसाठी आलास वाटतं?"

"व्हय... नि तुम्ही?"

"मीही आणखी कशाला येणार? नळी हाणायलाच की!"

यावर दोघंबी मनमोकळं हासलाव!

आंगुळ झाल्यावर कपडं घालता घालता जैसिंगरावानं मला इचारलं, "येणार कवडं मारायला?"

"यिऊ म्हंतासा?"

"चल की, तेवढी मज्जा येईल... येणार?"

"चला तर."

मीबी कापडं घातली, वल्लं धोतर पाण्यात जरासं बुचकाळलं, पिळलं, झटकलं नि ते डोक्यावर टाकून संगंसंगं निघालो... वढ्यवाच्या कडंकडनं डोंगराकडल्या अंगाला निघालो आम्ही...

"सर्कारऽ, कुटंसं गावतील कवडं?" चालताचालता मधीच म्या इचारलं.

"परवा नाताळच्या सुट्टीत आलो होतो, तेव्हा त्या समोरच्या शिंदीच्या बनात ठोकलंतं पा-सा कवडं!"

"मग तिकडंच जायचं आता?"

"होय..."

थोड्याच वेळात शिंदीचं बन आलं... हितं वढ्याचा वत लैसा पसरला हुता, नि त्या भागातच शिंदीचं बन माजलं हुतं... घणीरं, थोराटी नि शिंदीच्या झुडपांनी तळची सारी जमीन झाकाळून गेली व्हती... नुकतीच सुगी सरली व्हती... तरीबी सुगीतल्या बैलवाऱ्यानं उडून आल्याला कवड्याचा, तुरीचा, उसाचा पालापाचोळा साऱ्या

झुडपांत अडकून बसला होता... ह्या साऱ्या झाडाझुडपांवर रेघोट्या वडत पासा पाऊलवाटा फिरल्या हुत्या...

आम्ही तीन-चार झाडोऱ्यांत बघितलं... फकस्त तितं कवड्यांची घरटी दिसत व्हती... कवडं कुटं बाहीर गेलं हुतं... वर बनात रानचिमण्या चिवचिवाट करत हुत्या... सावलीला आल्याल्या कावळ्यांनी उगंच कावकाव उसळली हुती... एखांद्री खार सुर्रकन बुडक्यावरनं वरच्या बुचक्यात नाहीशी होत होती. एखांद्री धीट 'मैना' तर बुडक्यावरनंच लुकूलुकू आमच्याकडं पाहत हुती... एखांदा लालगांड्या सरडा वाटंवरनं पळत झर्रकन बाजूच्या झुडपांत शिरत हुता...

सारं बन चापसलं... मावळतीकडल्या आंगाला आल्यावर एका झुडपाकडं बघत जैसिंगरावानं मला खूण केली, थांबायला सांगितलं... वढ्याच्या पल्याडल्या दरडंवरच्या झुडपात तीन-चार कवडं दिसत हुतं... मग जैसिंगरावानं बंदुकीत काडतुसं भरली... कवड्यांवर नेम धरला नि चाप वढला... काड्कन आवाज आला... एक कवडा जखमी हून नि तडफडत झुडपाबाहीर आला नि फडफडत बाकीचं कवडं उडून गेलं... पळतच दोघं वढ्यात उतरलो... चोच वासून पडलेल्या कवड्याला मी उचलून घेतलं. त्येच्या पंखातनं आजूनबी रगात ठिबकत हुतं...

आसं वड्यावताडांतनं फिरत फिरत आणिक तीन-एक कवडं मारलं... हावेळपतोर सावली तळाशी आली हुती... दिस डोस्क्यावर चढला हुता... तशी आम्ही परतलो. कवडं हातात लोंबवत लंबे लंबे करत गावाकडं यायला निघालो.

गावदरीपास्नं हाळीच्या अंतरावर जानू उपाळ्याचा मळा हुता... दो वर्सामागं जानूचं लगीन झालं व्हतं. लगीन हुताच म्हैन्याभरात त्येचा बा आटपला हुता... मग काही म्हैनं सरल्यावर जानूचं नि त्येच्या बायकूचं कुटं बिनसलं, काय बिनसलं देवाला डोळं! ती जी म्हायाराला गेली ती परत नांदाय आलीच न्हाई... जानूनं तिच्यापास्नं काडीमोड घेतलाय अशी गावात आवई हुती...

मळ्याजवळ येताच जैसिंगरावला म्हणालो, "पाणी पिऊ का जरा मळ्यात जाऊन? घशाला कोरड पडलीया नुसती!"

"पिवू या की, चल... "

आम्ही मळ्यात शिरलो. पाणी प्यायला हिरीकडं जाऊ लागलो...

डाव्या बाजूला उपाळ्याचं खोपाट हुतं... त्यातनं हासण्या-खिदळण्याचा आवाज ईत हुता... जराशी वाकडी वाट करून दाराजवळ गेलो... फटीतून डोकावून बघणार एवढ्यात बंदुकीतनं काडतूस सुटल्यावानी आवाज आला.

"कोण रं त्यो?"

"आम्ही हाव!"

"तुम्ही हाव, खरं नावा-गावाचा काय पत्त्या हाय का न्हाई?"

"मी भिमू नि जैसिंगराव इनामदार... "

असं म्हनून दार ढकललं नि आत गेलो... तो आतलं ते सारं बघून धक्काच बसल्यावानी झालं. खोपटाच्या कोपऱ्यात एक घुत हुती... ती आतनं गुहेवानी पोखरली हुती... आत असलेल्या एका पेटत्या चुलवानावर रसायन शिजत हुतं... आणि ट्युबमधनं गळणारी दारू एका पत्र्याच्या घागरीत पडत हुती... बाहीर एका ढणढणत्या चुलीवर मोठं गाडगं हुतं नि त्यात मटण रटरटत हुतं... आन् जवळच बाजीराव भोसल्या, सिरपा आत्याळ्या, येश्या शेवाळ्या नि जानु उपाळ्या ही मंडळी पिऊन लास झाली हुती.

आम्ही आत आल्याचं बघताच उपाळ्या म्हणाला, "या जैसिंगराव, आज फीस्ट हाय... लै दिवासाच्यान् मनात भरल्याल्या पोरीवर काल झडप मारलीया मी... श्याम्या धनगराच्या कळपातलं कवळं पालवं लंबं केलंय... आता शिजल्यावर जरा टेस्ट बघा, मांसाचा तुकडा जिभंवर ठेवल्यापेट्टाला इरघळाय पायजे!" बोलत असताना त्यो अडखळत हुता. बरळल्यागत बोलत हुता... त्येनं जरा लैशीच घेतली व्हती...

"हे कवडं आहेत की आम्हाला... "

"आसंनात का, आणा हिकडं ते... पख्खं उपटून, चटणी-मीठ भरून करपून भाजून काढूया इस्तवावर, म्हंजे टेस्ट ईल." आणि हातातला दारूचा कप दाखवत त्यो म्हणाला, "निवर एक ह्येचा 'कप' चढवायचा, काय म्हंतो?"

"अरे पण, तुम्ही करता आहात ते सर्व उद्योग फार वाईट आहेत. तुमची नि या गावचीही इज्जत घालविणारे आहेत..."

जैसिंगरावाच्या या बोलण्यावर आत्याळ्या गच्कन हासला...

"जैसिंगराव, कालिजात तुम्ही कुटल्या यत्तेत हाय?"

"बी.ए.मध्ये आहे... " त्याच्या सवालाचा रोख ह्या जैसिंगरावाला

समजलाच न्हाई.

“हां तर, बिये झाल्यावर आत्ताशा लै ते शाळामास्तरच हुत्यात, न्हवं का?”

“हां... होय... ”

“हां तर मग! तुम्ही शाळामास्तर झाल्यावर हे गिन्यान पोरास्नी शिकवा, म्हंजे त्येनला लाभ हुईल!”

यावर सारेजण गदगदून हासले... काहीजणांनी तर जमिनीवर लोळण घेतली. मलाबी हासावं आसं वाटत हुतं, पर हासायचं तर कसं? नि जैसिंगरावाचंबी ह्या पिऊन लास झाल्याल्या माणसांपुढं गिन्यान सांगणं चूकच का न्हाई?

“जैसिंगराव, तुला हे समदं आजाब वाटतं नव्हं?” आता बाजीरावानं तोंड उघडलं, “पर ह्या धंद्यात शेकड्यानं फायदा मिळतोय... कमी कष्टात जास्त पैसा मिळवायला ह्यागत धंदा न्हाई... फकस्त पोलिसास्नी सांभाळाय पायजे... हप्ता ठरवायचा वाटल्यास एखांद्री बाटलीबी वतायची त्येंच्या तोंडात, नि तोंडं बंद करायची... आन् मग सारा माल लिप्पाणीला डिलिव्हरी करायचा, माप्प पैसा मिळवायचा...! आनि समज पोलिसांची धाड पडली तर आमी माप गबरगंड हाय... एकेकांचा मुडदाच पाडू! काय रं शेवाळ्या, व्हाय का न्हाई?”

“व्हय तर! आनि हितं मरायला ती कशाला येतील बेनी!”

थोड्या वेळानं आम्ही तिथनं बाहीर पडलो... पर मला वाटाय लागलं, ऱ्हात हुतो तर बरं झालं असतं. मटण चापायला मिळालं असतं नि विशेष म्हंजे पयल्या धारंची दारूबी मारायला मिळाली असती! पर ह्यो जैसिंगराव...

“बघितलास कशी इब्लिस कार्टी आहेत ते!” बाहीर आल्यावर जैसिंगराव म्हणाला. “ह्यांना कुणीतरी धडा शिकवाय पाहिजे. मारी ह्येच्याऽ साऱ्या गावाला ह्यांचा त्रास आहे... गावातली एखादी तरणीताठी पोरगी नजरेत भरली की, तिला हे लोक सतावतात, त्रास देतात, तिची चेष्टा करतात... मग एखाद्या दिवशी तिला विचारायचं अन् नकार मिळाला की बळजबरी करायची... एकाकी अवस्थेत, रानाशिवारात, पाणवठ्यावर, गावंदरीकडेला असे काही प्रकार घडले आहेत... हा त्रास काही सोसतात, काही सोसत नाहीत. आणि कुणाच्या बापानं संतापानं

विचारलंच तर काठ्याकुऱ्हाडी उगारून त्याची वाचा बंद करायची! गेल्या वर्षी गावकामगार पाटलाचा ध्या दिवसां आडरानात ह्यांनी खून केला... खून जमिनीवरनं झाला होता तरी ह्यामागे गावातील काही तालेवार मंडळींचाही पाठिंबा होता... पुष्कळांनी हे कृत्य पाहिलं होतं; पण साक्ष द्यायला कुणीच पुढं आलं नाही... आणि बळकट पुराव्याच्या अभावी केस निर्दोषी सुटली... अन् तेव्हापासून तर ह्यांची गुंडगिरी जास्तच सुरू आहे... मघा पाहिलंस ना तू– श्याम्या धनगराचं मेंढरू कसं लंब्बे केलंय ह्यांनी... ''

''व्हय... ह्येनला कुणीतरी धडा शिकवायला पायजे... चांगलं ठेचायला पाह्यजे साल्यास्नी!''

पाच

माघाची पुनेव कवाच सरलीया... तरीबी आतापास्नं चैत्र-वैशाखातल्यावानी उन्हाचा कार सुरू झालाय... पर आज ह्यो कार लैसा कमी झालाय. दुपारचा वखोत हाय, पर एखांद्या बालिश म्हाताऱ्यागत उन्ह कवळं वाटायला लागलंय... आभाळात धुरकट ढग जमल्यात, त्येंच्या फटीतनं उन्हाची पोरं खाल्ती धरणीवर उतरल्यात...

ऐन दुपारच्या येळंला पांढऱ्या चाफ्यानं फुलावं तसं माझं मन फुलून गेलंय... ह्या असल्या चढाच्या दुपारी हिरीतल्या थंडगार पाण्यात भरपेट पवावं, उंचावरनं सूर मारावं, गट्ट्या ठोकावं, मोटवानीवर जावून बेदरकारपणानं उड्या मारावं, असं माझ्या तरण्या मनाला वाटाय लागलंय आज... मिसरूड फुटल्यापास्नं ते आता वयाच्या ईस-बावीस वर्सापतोर उमदीची उसळती वर्से

मुंबईत गेली... पंद्रा-सोळाव्या वर्सी घरातल्या आईबाच्या कारानं पळून गेलो हुतो– ते थेट मुंबै गाठली... फुटपाथवर रात घालीव, कुठं होटेलात कपबश्या घास, कुटं योग्य ठिकाणाला 'माल' पोचीव... आसं करत दिवस घालविलं हुतं, नि आखिरला मिलमंदी चिकटलो हुतो... आसं वयाच्या बावीस वर्सापतोर झालं हुतं... बक्कळ एक म्हैन्याची रजा काढून गावाकडं आलो हुतो – आईबावरचा राग इसरून, त्येंच्याच ओढीनं, गाईच्या वासरागत, चुकलेल्या पाडसागत, वाट चुकलेल्या वाटसरागत... गावाला आल्यावर आठ दिवस व्हायच्या आत वाडीच्या ह्या मामानं सांगावा धाडला – म्हाईसारनं चार-आठ दिवस देवून ऱ्हा म्हणून. आलो झालं हिकडं निघून!

ह्या माज्या मुलकावर आल्यावर हिरीतल्या थंडगार पाण्यात मनमुराद पवण्याची खोड लागलीया... गेली पा-सा वर्सं मुंबैत नळाखाली कावळ्यागत आंघुळ करीत घालविली नि आता हिरीतल्या निर्मळ पाण्यात मोकळ्या आंगी पवण्याला एक आगळीच मज्जा येतीया...

सकाळी मी आंघुळ करून आलोया, तरीबी आता ह्या चढाच्या दुपारी ह्या चावरंकरांच्या हिरीवर आंघुळ कराय मी एकटाच आलोय... हीर पक्की बांधल्याली हाय. आत उतराय यवस्तीशीर पायऱ्याबी हाईत. नि त्येनला बिलगल्यालं कावळ्याच्या डोळ्यागत काळंभोर पाणी मला आवतनं देतंय...

मी कापडं काढली आन् नुस्त्या लंगोट्यानिशी हिरीत सूर मारला. गार पाण्यानं मन उत्तेजित झालं... मनातनं उत्साहाची कारंजी उडाय लागली... नि त्या नादातच मी डुबक्या वाजविल्या. त्येंचा आवाज आपण ऐकला. खुश झालो. लांब लांब हात मारीत फेऱ्या मारू लागलो. मी आपल्याच रंगात दंग झालो...

इतक्यामंदी पवाराची फुली दिसली... हिरीच्या वरच्या पायरीवर रानच्या रानीवानी ती मोठ्या तेगारात उभी ऱ्हायली हुती... रोज हिचं नवं नवं रूप नजरं पडू लागलंय... आजबी हिनं पर्वासारखंच आपुरं जुन्यार नेसल्यानं तिचं तरुणपन आख्खडबाज लावणीगत मनात ठसतंय. आज हिच्या गळ्यात मंगळसूत्राबरोबर किल्ल्यांचा जुडगा असलेली चांदीची एक साखळीबी दिसतीया...

माझ्याकडं बघत, उजव्या हाताच्या बोटाचा हनुवटीखाली आधार

देत तिनं इचारलं,

“काय हो पाव्हणं, येळ न्हाई – वखोत न्हाई, ध्या दुपारचं कसली आंघुळ चाल्लीया ही...?”

‘मनात आलं, आलो झालं,’ असं म्हणणार हुतो, एवढ्यात जिभंनं फशीवलं, म्हणालो, “तू येणार म्हणून आलो झालं!”

“आँ?” तिनं डोळं विस्पारलं. पापण्यांची मटी गमतीदार उघडझाप केली – भरभर... भरभर!

“का आलीयास आज हिकडं – ह्या आववक्ती?”

“शेरडं घेऊन आलोय... वड्याच्या कडंनं जरासी हिरवळ हाय. लागल्यात चराय तितं... आता भाकरी खायाला बसणार हाय, तवा हात-पाय धुवून, चूळ भरून जावावं म्हणून आलतो...”

“मग आम्हीही यावं का भाकरी खायाय?”

“येकी– तुला कोन नको म्हंतय...”

“तसं न्हवं, आदी इचारावं, न्हाईतर मग आणिक बैदा नको!”

“बैदा कसली?”

“भाकरी फस्त करायची!”

“फस्त केलं तर केलं...”

“मग तुला काय? तू उपाशीच ऱ्हाणार हाईस?”

“उपाशी बरी ऱ्हाईन! आपलंच कुणीतरी मानूस जेवत्यालं बघून आम्हा बायकामान्साचंबी पॉट भरतंय म्हटलं!”

बोलत बोलत ती शेवटच्या पायरीवर, पाण्याजवळ आली. तिच्या आंगावरच्या आपुऱ्या जुन्यारानं तिची सबंध वाकडी वळणं एकदम माज्या डोळ्यांत भरली, खुपली. ती एक पायरी पाण्यात उतरली नि वरच्या पायरीवर एक एक पाय ठेवून घासू लागली. तिच्या निरोगी, गव्हाळ पोटऱ्या पाण्यात न्हावून निघाल्या. त्या बघून मधाचा खंजीर काळजात घुसल्यागत मला वाटायला लागलं... अगदी मन लावून, जरासी ओणवी हून पायरीवर पाय धुणारी तिची हालती-झुलती मूर्ती बघून मनात एक निराळाच भाव पैदा झाला. धाडशी नि हवासा वाटणारा! माज्या मनावर तिच्या रूपाची नशाच चढली... आन् त्या धुंदीतच सफाईनं पाण्यात हात मारीत मी तिच्याजवळ गेलो नि एकदम तिचा हात पकडून तिला पाण्यात ओढीत म्हणालो,

"चल फुलीऽ, आज तुला पवायला शिकवितो!"

ह्या अवचित पर्कारानं ती गोंधळली, चकित झाली नि मग विनवणीच्या आवाजात म्हणाली,

"नको बाईऽ नको..." आन् मी धरल्याला हात वडून घ्यायला लागली...

"नको बा... नको..." ती दुबळ्यावानी म्हणाली.

पर मी तशीच तिला पाण्यात वडली, आन् सरळ तिच्या नितळ पोटाखाली हात घालून पवायला शिकवू लागलो,

"हंऽ हात मार. तसा न्हवं गं, ह्यो बघ अस्सा! अस्सा हात मारूनश्यान पोटाखाली पाणी घ्यायचं... आणि पायबी मार की... आरेच्यामारीऽ, हात इतक्यामंदी थांबिवलीस?"

मी असं तिला सांगू लागलो अन् कुठंतरी कायतरी चुकल्यागत झालं, नि पोटाखाली आधारासाठी दिल्याल्या माझ्या हातावरनं ती निसटली... पाण्यात गटांगळ्या खाऊ लागली... मी लै घाबराघुबरा झालो... काय करावं, काय करूने, कायच समजंना... माजं काळीज धडाधड उडायला लागलं... तिला धरायला मी धडपड केली... पर मुंडकं कापलेल्या कोंबड्यावानी ती आंधळी ठरली... माज्या हाताला फुलीचा पदर दिकून लागला न्हाई... आन् माझ्या डोळ्यादेखत ती तळाला गेली... आता हाय, आता न्हाई आशातली गत झाली...

एवढ्यात एखाद्या जलकन्येवानी ती पाण्यातनं वर आली! काळजावरली भलीमोठी धोंड उतरल्यागत मला वाटलं! सुटकेचा श्वास सोडला नि मनी अचाट करीत तिला म्हणालो,

"च्यामारीऽ धरून, तुला पवायला येतंय तर...!"

ह्यावर ती कायबी बोलली न्हाई... पाण्याखाली लैसा वखोत ऱ्हायल्यानं तिला दम लागल्याला हुता... श्वास कोंडल्यानं तिचा चेरा गाजरावानी लालभडक झाला हुता... पाण्यात सराईतावानी हात मारत ती पायरीजवळ गेली, नि तिथंच बसून दम खाऊ लागली...

"तुला पवायला येतंय हे आधीच का न्हाई सांगितलंस? मटी बेरकीच दिसतीय की गंऽ!" तिच्याजवळ जात मी इचारलं.

अजूनबी तिचा दम गेल्याला नव्हता... खरं, 'कसं बनविलं' असा चेरा करून ती माज्याकडं बघत हुती, बिलंदरागत!

तशी मला निराळीच आयडिया सुचली. म्हणालो,

"आपून पाठशिवणीचा ख्योळ खेळूया?"

"बारक्या पोरांवानी मी पाठशिवी खेळू व्हय?"

"बारक्या पोरांनीच ती खेळावी, असं काय हाय का?"

"तसं न्हवंऽ, पर कुणी बघितलं बिघितलं तर काय म्हंतील?"

"ह्या दुपारच्या वख्ताला कोण येतंय बघायला?"

ह्यावर ती गुमान बसली. तशी तिची मूक कबुली समजून मी पाण्यात सूर मारला, आन् हिरीच्या दुसऱ्या कडंला जाऊन म्हणालो,

"हंऽ रेडी!"

शब्द निसटता तिनं पाण्यात उडी टाकली. पाण्यातनं ती वर यायच्या आत मी पाण्यात बुडी मारली...

अशी पाठशिवी घटकाभर चालू ऱ्हायली... मी दमून गेलो, पर ती बाजिंदी मासळीगत पवतच हुती... त्यामुळं 'आता फुरं' आसं मी तरी कसं म्हंतोय?

शेवटी जराशा वेळानं तीच म्हणाली,

"फुरं बा आता. दमलो मी!"

नि धापा टाकत पायरीवर बसली नि इस्वाटा घ्यायला लागली... दमछाटीनं तिचा टचाचल्याला ऊर वर-खाली होत व्हता. ते आपुरं जुन्यार अंगाला चिकटल्यालं हुतं... खरं त्येनं जे झाकायचं, नेमकं तेच उघडं पडलं हुतं...! ते आसून-नसून सारखंच हुतं! तिच्या कपाळावर, गालावर डुईवरल्या अवखळ बटा चिकटल्या हुत्या. त्यातनं पाणी निथळत हुतं... ती वल्लीकिच्च जवानी आतनं मला हळूहळू पेटवू लागली... मनात कायतरी वाटायला लागलं... कायतरी...

"अय्योऽदेवा! माज्या गळ्यातली साकळी!" तिचं घाबरट बोलणं कानावर पडलं नि पेटत असलेल्या माझ्या साऱ्या वृत्ती एकदम थंडगार पडल्या! मी काळजीच्या आवाजात इचारलं,

"काय, झालं काय?"

"आत्ता ह्येच माज्या गळ्यात हुती!" ती आपल्याच काळजीत म्हणाली, "कुठंतरी पडलीबिडली..."

"पडलीऽ? नि कवाशी?"

"कुणाला दकल, भोग म्हणायचा का काय! घराच्या कुलपाच्या

किल्ल्याबी हुत्या तिला... आता घरात समजलं तर...?'' तिचा रडवा सूर कानावर आला...

''पाण्यात पडली आसंल, जाती कुटं? मी बघतो हुडकून!'' मी म्हणालो आन् हिरीत उडी टाकली...

माघ म्हैना सरत आल्याला नि वारंकरानं मोटा लावून पाण्याचा उपसा केल्याला, त्यामुळं हिरीत फक्त दोन-आडीच पुरुष एवढंच पाणी हुतं... बुडी मारल्यावर तीन-चार हात मारताच तळ लागत हुता... बुडी मारल्यावर थोड्या वेळानं मी जवा वर यायचा तवा ती इचारायची,

''गावली काय?''

''न्हाय बा आजून!'' तिच्याकडं न बघताच मी म्हणायचा नि पुन्हा बुडी मारायचा!

असा बराच वेळ गेला. हिरीचा सारा गाळ मी ढवळून काढला... खरं तिची साखळी काय गावली न्हाई. तिचा रंजीस आल्याला चेहरा बघून माजा अपेशीपणा गवताच्या कुसळागत मला टोचायला लागला...

दमूनभागून आखिरला मी पायरीवर यिवून बसलो... तशी ती आवेशानं उठत म्हणाली,

''आता मी बघतो हुडकून!''

''बघ जा, तुला कोण नको म्हटलंय!''

ती पाण्यात उतरली, दोन-तीनदा बुड्या मारून वर आली... मग पुन्ह्यांदा बुडली... पर 'सापडली का?' असं इचारायला मनच टवकारलं न्हाई माजं. ते कवाच मरगळून गेल्यालं हुतं!

''गावली बघ!'' तिच्या आवाजानं मी चमकून तिच्याकडं बघितलं... तिच्या हातात असलेल्या काळ्या गाळात ती चांदीची पांढरी साखळी चमकून दिसत हुती...

''कुठंशी गावली गं?'' म्या इचारलं...

''त्या बघ–तितं!'' पाण्यातल्या एका जागंकडं बॉट दावत ती म्हणाली, आन् पायरीजवळ आली.

''मीबी तितं हुडीकलं हुतं, पर मला कशी गावली न्हाई ती?'' मी बुचकळ्यात पडलो, ''साखळीबी मालकिणीलाच धार्जिणी दिसती! जातीला जात सरवळ असती म्हंत्यात ते काई खोटं न्हाई तर!''

''तू चांगलं हुडीकला नसशील!'' ईत असल्यालं हसू कष्टानं दाबत

ती म्हणाली.

हिचं हासणं बघून मला मोठं अजाप वाटलं... ह्या साध्या गोष्टीतबी काय सांगण्यासारखं हाय? मारी ऽ ह्या तरण्या पोरी न्हाई त्या येळंला हासत्यात नि नको त्या येळंला फसत्यात! आन् आसं हासल्यावर बापय गड्याला कसं खुळ्यागत हून जातंय! मी बैलोबा हाय आसं उगचच्या उगचचंच मला वाटायला लागलं! आणि चिडून मी म्हणालो,

"काय चांगलं हुडीकला नसशीला! मर्दिनी, हिरीचा सारा गाळ ढवळून काढला की!"

तसं तिनं आतापतोर मोठ्या कष्टानं दाबून धरल्यालं हासू बाहेर पडलं... ती खॉ: खॉ: करून हासू लागली... खदखदून हासू लागली. अंगकाठी मागं-पुढं झुलवीत, झोला मारीत, पोटावर हात दाबून धरून...! तशा तिला पाहून वाऱ्यानं झुकणाऱ्या गुलमोहराच्या डहाळीची मला आठवण झाली...

"च्या बायली! हासायला काय झालंय गं?" मी इचारलं.

तसं तिला आणिक हासू फुटलं... ती इतकी हासत हुती की, सबागती पडलेल्या पदराकडंबी तिचं ध्यान नव्हतं... आता तर ती फणसाच्या झाडागत दिसत हुती!

मला कायबी उलगडा हुईना... खुळ्या माणसावानी झालं...

आता तर मला मी नुसता बैलोबाच न्हवं नुस्ता गाडाव हाय आसं वाटू लागलं!

"आसं खुळ्यागत एकाएकी हासाय काय झालं? का सटवाई आंगात आली? काय सांगशील का न्हाई?" तिच्या दोन्ही दंडास्नी धरून तिला गदागदा हालवीत, घुसळून काढीत मी म्हणालो.

तसं तिनं हासू आवरलं... माझ्या हातातनं आपलं दंड सोडवून घेतलं एक हिसडा मारून! आन् म्हणाली कशी–

"साखळी पडायला न्हवतीच! मी हितं कमरंला लुगड्यात दडवून ठेवली व्हती! कसं फशीवलं! कसं फशीवलं!!" आणि तिनं बारक्या पोरीवानी टाळ्या वाजविल्या नि पायरीवरनं पळत वर निघून गेली खारीगत!

मी चकित हून बघतच ऱ्हायलो, मनी अचाट करत मघापास्नं माझ्याबरोबर ख्योळ मांडलेल्या, मला खेळवीत असलेल्या त्या चलाख पोरटीकडं!

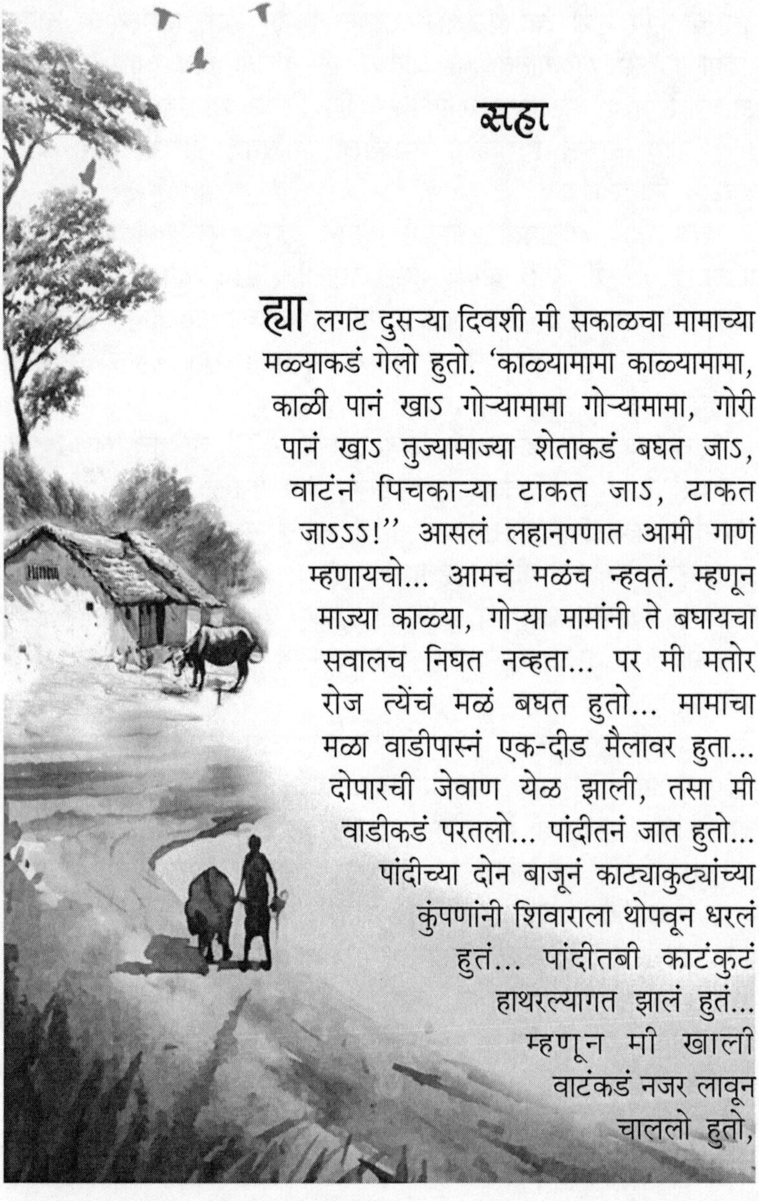

सहा

ह्या लगट दुसऱ्या दिवशी मी सकाळचा मामाच्या मळ्याकडं गेलो हुतो. 'काळ्यामामा काळ्यामामा, काळी पानं खाऽ गोऱ्यामामा गोऱ्यामामा, गोरी पानं खाऽ तुज्यामाज्या शेताकडं बघत जाऽ, वाटंनं पिचकाऱ्या टाकत जाऽ, टाकत जाऽऽऽ!'' आसलं लहानपणात आमी गाणं म्हणायचो... आमचं मळंच न्हवतं. म्हणून माज्या काळ्या, गोऱ्या मामांनी ते बघायचा सवालच निघत नव्हता... पर मी मतोर रोज त्येंचं मळं बघत हुतो... मामाचा मळा वाडीपास्नं एक-दीड मैलावर हुता... दोपारची जेवाण येळ झाली, तसा मी वाडीकडं परतलो... पांदीतनं जात हुतो... पांदीच्या दोन बाजूनं काट्याकुट्यांच्या कुंपणांनी शिवाराला थोपवून धरलं हुतं... पांदीतबी काटंकुटं हाथरल्यागत झालं हुतं... म्हणून मी खाली वाटंकडं नजर लावून चाललो हुतो,

एवढ्यात वळखणीचा आवाज कानावर आला,

"पाव्हणंऽ, अहो पाव्हणं!"

मी आवाजाच्या दिशेनं बघितलं... उजव्या हाताला वावभर असल्याल्या खोपटाच्या दारातनं हात हालवून पवाराची फुली मला बलवीत हुती...

"यायचं कसं? रस्ता तर कुटं दिसत न्हाई हितं?" माकडवाल्यानं किडबिडं हालवावं तसा हात हालवीत मी इचारलं...

"व्हो म्होरं तसंच दोन पावलं. तितं याक काढललं शिरं हाय बघ. ते उचलून ये तसाच आत..."

तिनं सांगितलेल्या वाटंनं मी आत रानात गेलो, नि तिच्याजवळ जात म्हणालो,

"काय गंऽ 'पाव्हनं, पाव्हनं' आसं सारखं काय सुरू केलीयास हे? मला काय नाव न्हाई व्हय?"

"आता ते मला कसं बाई ठावं व्हावं?" आपल्या हनुवटीखाली हाताचा मुटका देत तिनं इचारलं!

"मग ठावं तरी काय हाय तुला?"

"याकच नाव नदीत आसती!"

"अस्सं न्हवं! मग माजं नाव ठावं करून दिवू का तुला?"

तिच्या दोन्ही दंडास्नी धरून जवळ खेचीत मी म्हणालो...

ह्या गडबडीत तिच्या डोईवरचा पदर खांद्यावरनं पुरा ओघळून पडला, आन् जे झाकायसाठी गडबड चालती, तेच नेमकं उघडं पडलं. – उभार, भरीव, रेखल्यालं, बापयगड्याला आवतनं देणारं नि खूळ लावणारं! पदर सावरायसाठी माज्या हाताततनं आपलं दोन्ही दंड सोडवून घ्यायसाठी ती धडपडू लागली... तशी तिची छाती हिंदकळू लागली... त्यांच्या थरथरण्याकडं मी उपासी मान्सावानी बघू लागलो. गळ्याजवळचं बटन नि उराला दाबून धरणारी पळची गाठ यामधल्या लांबट वर्तुळागत दिसणाऱ्या त्या गोऱ्यापान, खोलगट भागाचा मुका घ्यावा असं मला वाटू लागलं!

"सोड बघूऽ सोड! कोण तर बघतील तर काय गत हुईल?"

खरं सांगायचं तर, तिचा आवाज मोकळा न्हवता. दरडावण्याचा, धमकीचाबी न्हवता, तर एखांद्या प्रीतीच्या माणसाला दटवावं तसा हुता. खरं तर ह्या दटावण्याला लैसा अर्थ असतोयच असं न्हाई! आन्

हे समदं वरवरचं, लटकं असतंय हेबी आतापतोर आलेल्या थोड्याबहुत अनुभवानं मला म्हाईत हाय! या कारणानं भेदरून जावून हाती गावल्यालं सोडून बसण्याइतका मी काई बैलोबा न्हवतो! माज्या मनात जे हुतं ते तिलाबी पायजेच हुतं, खरं 'सोड बघू'चा तिचा लटका विरोध चालला हुता... आणि अशा विरोधानं जोरा करणाऱ्यालाबी जोर येतोय, चेव येतोय!

तिचं दंड सोडून झटक्यानं मी तिला कवेत घेतली... तिच्या लालभडक व्हटाची तोंदली माज्या व्हटात पकडून तिची चव चाखू लागलो... भान हरपलो... बेसावध झालो... आन् हीच येळ तिनं अल्लाद पकडली. मानंला एक हिसडा मारून तिनं तोंड बाजूला केलं, म्हणाली,

"सोड, सोड आता! ती बघ पांदीतनं मान्सं चालल्यात, वाडीभर डंका करतील आमच्या नावाचा!" आणि तिनं आपलं आंग घुसळलं!

पांदीकडं माजी पाठ हुती, त्यामुळं तिचं बोलणं ऐकून मी भांबावून गेलो... बावचळून गेलो... मी कवेतनं तिला सोडलं आन् मागं वळून बघितलं. पांदीत कुणी चिटपाखरूबी न्हवतं! भर दुपारचं ऊन्ह वरनं इंगोळ टाकत हुतं आणि असल्या उन्हाच्या खाईत समोरली उघडीनागडी रानंशिवारं उनातानात हीर खणणाऱ्या काळ्याधम्म वडुरागत वाटत हुती... वारं तर ठार थांबलं हुतं... झाडंपानं हालतबी न्हवती... कुठं काई 'खुट्' न्हवतं का 'चुट्' न्हवतं...

आता माजा 'श्येनपाना' माज्या ध्येनात आला! तोपतोर ती सुरक्षित अंतरावर, वावभर लांब, गेली व्हती, नि तितंच ऱ्हावून म्हणत हुती,

"आता बऱ्या बोलानं निघून जातोस का न्हाई?"

"आनि न्हाई गेलो तर काय करणार गंऽ?"

"तुला कळत कसं न्हाई?" कावदारून ती म्हणाली, "वरती कडंला सखलात बाबा नि भाऊ ह्येंनी भाताच्या ओपाड्यात नांगोर धरलाय... त्येंचं दोपारचं जेवाण घिऊन मी आलोय. घटकाभरात ते येतील जेवायला. काय त्येंच्या तावडीत सापडून नस्ती बिलामत घ्याचा इचार हाय तुझा?"

"बरं, ऱ्हायलं आमचं! मग 'भेटगाठ' कवा?" मी सूचकपणानं इचारलं.

“चावडीत नवाचं ठोकं पडल्यावर ये आज राती – आमच्या परड्यातल्या लिंबाऱ्याखाली!”

तिचं बोलणं म्हंजे मी निघून जायची सूचनाच हुती. मग मी बी आधिक थांबायचा आकाऊपणा केला न्हाई. न जाणो, एखाद्या निसरड्या येळंला साऱ्याच डावाची इस्कोटवाडी व्हायची!

वाडीत डोंगराकडल्या आंगाला, शेवटच्या आळीत, तिचं घर हुतं. घरामागं लांबलचक परडं हुतं नि परड्याच्या मागं लांबलचक, छातीएवढ्या उंचीचा गराडा हुता. गराड्यापुढं वाव-दीड वाव अंतरावर वाडीचा मसनकाठ हुता. परड्यात लिंबाऱ्याचं एक नि सिताफळाचं एक झाड हुतं. त्येच्याजवळच उकिरडा हुता. तिथनं थोड्या अंतरावर एक खोपाट हुतं, त्यावर उसाचा वाळल्याला पाला टाकला हुता, आन् आत शेणकुटं नि लाकडंफिकडं ठेवली हुती...

मी दाराबाहीरल्या अंगणात झोपत व्हतो. आजूबाजूला मामांच्या कच्च्याबच्च्यांचा गराडा असायचा. चावडीत रातीचे नवाचे ठोके पडले, तसा मी हळूच उठलो. बाहीर पडलो. अमावश्या पा-सा दिवसांवर आल्यानं मिट्ट काळोख पडला व्हता... गल्लीगल्लीतनं नि वळणावळणावर ग्रामपंचायतीचं कंदील हुतं. कासरा दोन कासरा अंतरावर असल्यालं हे कंदील आता पेटविलं गेलं हुतं... पर त्येंचा उपयोग कंदील कुटं हाईत ते समजाय नि त्याखालचं लाकडी डांब वळखायपुरताच होत हुता...

मी अंधाराअंधारानं फुलीच्या घराच्या परड्या आंगाला गेलो. छातीएवढ्या उंचीचा गराडा चढून आत उडी टाकली, आन् निंबाऱ्याच्या झाडाखाली येऊन उभा ऱ्हायलो... पळ पळ जात व्हता. मिंटामागून मिंटं पळत व्हती... चावडीतील एक टोलाबी पडला. साडेनऊ वाजल्याचं समजून आलं. तरीबी तिच्या घराचं परड्याआंगाचं दार काई उघडलं न्हाई. धाचं टोलं पडलं, तरीबी दार करकरलं न्हाई, आणिक घटकाभर तिची मी वाट बघितली, पर ती आली न्हाई. तिनं संकेत चुकवला व्हता, वचनाला बट्टा लावला व्हता. का ऐनवेळी तिच्या मनानं पलट खाल्ली? तिला धाडस झालं नसावं काय? का घरून निसटून यायला संधी मिळाली नसावी? काय ती मला नुस्तं खेळवीत हुती, झुलवीत हुती? जवळ यिऊ देत हुती नि ऐन मोक्याला दूर ढकलत हुती! तिच्या मनातलं काईच मला समजून येईना! मी गोंधळून गेलो. प्रतिस्पर्धी मोठा

चलाख दिसत व्हता. डावाला डाव लढवून डाव रंगवीत व्हता. पर मीबी काई अगदी बैलोबा न्हवतो... मलाबी डावाला डाव घालता येत व्हता, पेचाला पेच टाकता येत व्हता. सावजाला झुलवून, भुलवून निशाणाच्या माऱ्याखाली आणायसाठी थोडंबहुत 'गिन्यान' मलाबी अवगत व्हतं– लैसं ऐकून, जरासं अनभवूनबी.

मला ती नुस्तं हुलीवर घालत व्हती, न्हवं का? घालू दे, आज तिची पाळी हाय, उद्या माजीबी यीलच... मीबी मनात काई इचार केला, आडाखे बांधले नि तिथनं परत माघारी आलो...

सात

ह्यावर सतत दोन दिवस मी तिला टाळलं... तिची एकदाबी भेट घेतली न्हाई... काईच हालचाल केली न्हाई... दाखीवला नुस्ता ताठपणा, परकेपणा, तुटकपणा...

तिसरा दिवस व्हता... दोपारचा दोन-तीनचा वख्त हुता... घरातली बहुतेक सारी मळ्याकडं गेली व्हती... मी चार दिवसांचा पाव्हणा असल्यानं घरातच ऱ्हायलो व्हतो. मघाच जेवाण आटोपलं व्हतं नि आता उगाच वाईच लवंडलो व्हतो. एवढ्यात ती आली! ती आज तरी नक्की माजी भेटगाठ घ्यायला ईल, अशी माजी खात्री हुता; पर अशा ह्या आववेळी ईल आसं वाटलं न्हवतं... ती आली ती 'मावशीऽ मावशीऽ' करीतच!

"मावशी न्हाई घरात!" पडल्या जाग्यावरनंच मी म्हणालो.

"मग कुठं गेलीया!"

"त्ये तुला म्हाईत हाय!" खोचकपणानं मी म्हणालो.

माजं बोलणं ऐकून तिच्या पापण्यांची मोठी गमतीदार नि भरभर अशी उघडझाप झाली! मी घडीभर तिच्याकडं बघतच ऱ्हायलो, मग आणिक एक टोला हाणला,

"आणि म्हणूनच तू आलीयास! व्हय न्हवं?"

माजं बोलणं ऐकून, उजवा हात छातीवर पालथा घालून ती मुकाट झाली... पाठीमागच्या भिंतीचा आधार घेत कशीतरी उभी ऱ्हायली... तसा मी मोठ्या कुगरुमीपणानं हासलो, नि हासतच म्हणालो,

"काल तर सासुरवाडीला जाणार हैस, आसं ऐकलं व्हतं... मग का गेली न्हाईस?"

"काय, मनात काय हाय तुज्या?" ती दबल्या आवाजात म्हणाली.

तिचं बोलणं सोईस्करपणानं मी कानाआड केलं, आणि म्हणालो,

"सोंग तर लैसं जमिवलयास की!"

"कसलं?"

"मनात हाय त्ये नसल्याचं!" मी म्हणालो, नि त्या बेसावध असलेल्या फुलझाडीला एकदम जवळ वडलं!

"सांगऽ, हाय का न्हाई मनात?" तिच्यावरची पक्कड आवळ करीत मी मूर्खासारखा सवाल केला!

यावर ती चक्क लाजली! मी समजलो, मासळी आता चांगलीच जाळ्यात गावलीया! अधीर आवाजात म्हणालो,

"मग कवा?"

"परवाच्या दिवशी म्हाई हाय न्हवं?"

"व्हय..." तिच्या सवालाचा रोख मला समजला न्हाई.

"म्हंजे मग अशा सणाच्या दिसी गडबडीत सवड कवाशीक गावत असती बायकामान्सास्नी?"

"कवाची न्हाई!" तिची भाषाच समजंना मला... अगदी हुमानात बोलावं तसं बोलत हुती ती.

"एवढी मुलुखवारी करूनश्यानी अजून बैलच ऱ्हायलाईस बग!" टोला मारायची आता तिची पाळी हुती वाटतं!

"इच्यामारीऽ, मुद्द्याचं सांगायचं ऱ्हायलंच बाजूला आन् हे काय येडाला खोड लावीत बसलीयास?"

"परवा म्हाई, तवा रातचं कसला तरी ख्योळ असतोय न्हवं का?"

"व्हय... कोल्हापूरच्या जलशातली एक बारी येणार हाय म्हणं, तिचा तमाशा हाय..."

"हं बघ, तर तमाशा चालू झाल्यावर वरतीकडल्या त्या बिरोबाच्या माळावर याचं!"

"आणि...?"

"आणि काय..."

ती कायतरी सांगणार व्हती, एवढ्यात आळीतल्या वरच्या बाजूला घरात कुणी तरी ठो: ठो: बोंबललं! आणि मग एकच गोमगाल उसळला...

आम्ही पळतच बाहीर धावलो... मगदुमाच्या घरात कालवा उसळला व्हता... मगदुमाची म्हातारी आटपली जनू...! तीन-चार म्हैन्यापास्नं ती हांथरुणाला खिळून हुती अशी गावात बोलवा हुती... आज तिनं 'राम' म्हटला वाटतं... म्हाईचा दिवसबी बिचारीला बघायला मिळाला न्हाई...

मगदुमाच्या घराजवळ पोचलो तवा आणिक बरीच मान्सं जमल्याचं दिसून आलं... घरात एकच कालवा उसळला व्हता. रडणाऱ्यास्नी कोण समजावीत हुतं, उमजावीत हुतं... कोण म्हारास्नी पै-पाव्हण्यांच्या गावाला धाडत व्हतं. सांगावं सांगाय पिटाळत व्हतं...

कालवा ऐकून गावात असल्यालं एक एक मानूस जमत हुतं... बहुतेक तरणीताठी बायाबाप्पे लिप्पाणीला तंबाखूच्या खळ्यात कामाला गेल्याली... आता म्हार जावून सांगावा सांगंल तवा ती येणार... पर गावात हुती तेवढी सारी मान्सं जमा झाली... पुढच्या तयारीला लागली... कुणी गाडीभर शेणी, लाकडं मसनकाठाला न्हेवून टाकलं... कुणी तडकी बांधायच्या तयारीला लागलं... कुणी नवं गाडगं आणाय कुंभार आळीकडं पळालं... अशी सारी धावाधाव सुरू झाली...

घंटा-दीड घंट्यात जवळपासच्या गावाचं पाव्हणंबी जमलं... कुणी ऱ्हायलं सवरलं आसंल तर येतील मागनं, असं येवजून म्हातारीला हालवायचं ठरलं... आतल्या माळीतनं तिचं मढं भाहिरच्या सोप्यात आणून बशीवलं...

एवढ्यात कुणीतरी तरणाताटा बापयगडी आला. डोईवर झिंज्या इस्कटल्याला, खाली हाप प्यांट नि वर म्यानिला, त्येच्यावर कुटं कुटं

तेलास्सं मोटारीच्या तेलाचं डाग. मोटार धंद्यातलाच कुणी दिसत व्हता...

तो गडी आल्या आल्या आत शिरला, मढ्याजवळ गेला नि डाव्या पायातली चप्पल काढून फाड फाड मढ्याला मारायला लागला... तोंडातनं शिव्या सुरूच हुत्या,

"तुज्या आयला तुज्या! रुपय पाचशे बुडवलंस आमचं! गतकाळेऽ, त्ये द्याचं सोडून एकाएकी उलथून गेलीस व्हय? तुज्या आयलाऽ!"

लोकांनी त्येला आडीवलं. दंडाला धरून टराटरा वडत बाहीर आणलं... बाहीर आल्यावर त्यो गडी समोरल्या कुळकर्ण्याच्या घरापुढल्या कट्ट्यावर बसला. खिशातनं एक चुरगळल्याली सिगारेट काढली, ती सिलगावून दोन झुरकं मारून छातीत भकाभका धूर भरला नि मग ठसकत म्हणाला,

"आत्ता माज्या मनासारखं झालं! आत्ता मला समाधान झालं! आत्ता माजं पैसं फिटलं! आत्ता..."

असा बराच वेळ त्यो बडबडत ऱ्हायला. हिकडं लोकातबी बोलणं चाललं–

"कोण गा ह्यो सांडसुक्काळीचा?"

"म्हातारीचा नातू, पोर्गीचा पोर्गा म्हणं. लिप्पाणीला असतोय. ट्रकावर किन्नर हाय म्हणं!"

"आयलाऽ, मेल्याल्या मढ्याला चप्पलनं फडाफडा मारायचं म्हंजे काय? काय व्हैक म्हणायचं का व्हणार!"

"म्हातारीनं तेच्या बाकडलं पाचशे रुपय हातउसनं घेतलंतं म्हणं..."

"घिनात. आता कुणाला येळपरसंग ईत न्हाई? खरं काय देण्याघेण्याची बाब संजाईतमदी मिटवायची का मढ्याला मारायचं फडाफडा?"

आठ

रात्रीचं जेवणखाणं आटोपलं नि बाहीरल्या सोप्यात मामा चंची सोडून बसला व्हता, एवढ्यात चावडीतला शिपाई हाळी घालत आला.

'इस्नुमाऽ, ओ इस्नुमाऽ''

"काय रंऽ?"

"मीटिंग हाय न्हवं आज...?"

"बरं मग?"

"आगा मग काय? याचं न्हाई?"

"मगदुमाची म्हातारी आटोपली दोपारी, तवा मीटिंग क्यान्सल झाली आसंल म्हनलो..."

"आगा कुटली क्यान्सल हुती? चल व्हो म्होरं चावडीवर."

"कोण कोण जमल्यात तरी कोण?"

"सरपंच हाय, पाटील हाय, सेक्रेटरी हाय."

"आनि?"

"आनि कुटलं कोण? आत्ता

तर बाहीर पडलोय समद्यास्नी सांगाय...''

"आजून तसा टैम हाय न्हवं, मग झालं तर!''

"आगाऽ सगळीच आसं म्हनाल्यावर मीटिंग तरी कवा व्हायची?''

"मला श्यानपना शिकवू नको! व्हो म्होरं तूं. ह्यो काय मी निघालोच...''

संदी शिपाई गेला. तसा मामा मला म्हणाला, "येणार का भिम्या, चावडीवर कसली मीटिंग हाय बग?''

मलाबी काई कामधाम न्हवतंच. म्हणालो, "चला की, हितंतर बसून काय करायचं हाय?''

आणि आम्ही निगालो... पाटील, सरपंच, सेक्रेटरी, तलाठी नि शिदू लव्हार, येश्या कुंभार हे दोघं पंच इत्यादी मंडळी चावडीत बसून व्हती... मधी एक ग्यासबत्ती सुरात पेटत व्हती नि तिच्या भोत्याभोर सारी मंडळी, मर्तिकाला जमल्यासारं चेरं करून बसली व्हती.

हा हा म्हणूस्तवरका आणिक दोघं-तिघं पंच नि त्येनला बल्वायला गेल्याला संदी शिपाई आला आणि मीटिंग जमली, सुरू झाली...

"आजची मीटिंग अशासाठी जमीवलीया...''

"कशासाठी?''

"खुळी रत्नव्वा म्हाईत हाय न्हवं?''

"ते तर साऱ्या गावाला म्हाईत हाय. आम्हालाच तेवढं कसं नसंल?''

"तिच्याकडं कुणी सरळ बघितलंया का?'' पाटलांनी इचारलं...

"आत्ता...!'' मामा.

"म्हंजे...?'' सिदू लव्हार.

"ती गर्वार हाय!''

"आँ?'' केरबा माने.

"काय म्हंता?'' येश्या कुंभाराने बच्चाळी पसरली.

"व्हय... कुणीतरी 'घट्ट' केलंया नि काय?''

"मग पुढं काय यवजलंय?''

"ती अशीच गावात ऱ्हाणं वाईट, काय म्हंतो?''

"व्हय... घ्यायघ्यायच्या पोरीबाळी असत्यात, त्येंच्याम्होरं हे आसलं पाप उघड्या पोटानं मिरवणं वाईटच!''

"तवा तिची काई तरी यवस्था करायला पायजे...''

"कसली येवस्था. आनि नाना? गावानं तिचं बाळंतपण करावं का?"

"तसं न्हवंऽ, तिला खुळ्यांच्या इस्पितळात पाठवावं म्हंतो मी धारवाडला..."

"हाऽ, ही गोष्ट मतोर नामी!"

"पर हे काम लौकरातल्या लौकर अमलात आनाय पायजे..."

"व्हय की! चावडीचं काम चार म्हैने थांबवायला नको!"

"आता म्हाई तर तोंडावर आलीया. तवा म्हाई आटपल्यावर आगूदर आर्जेंट हे काम घ्याचं, कसं?"

"बरं, ठरलं तर..."

"हंऽ तर. आता ह्यो योक पॉइंट निकालात निगाला. आता दुसरा म्हंजे..."

"दुसऱ्या पॉइंटाचं न्हावू द्या आता पाटीलऽ, आदी च्या मारूया, झॉप लै याय लागली बघा..."

"का मीटिंग बरखास्त करूया आत्ताच नि पुन्हा उद्याला घिवूया?"

"उद्याला कुणाला आनि सवड हुती? रोज रोज हेच काम करायला का दुसरं धंदं न्हाईत? घ्या आटपून आजच!"

"ये धोंड्या, ये इटूबाऽ" पाटलांनी तलाठ्याला, सनद्याला हाका घातल्या.

ते दोघंही हावेळपतोर जमिनीवरच हाताचं ऊस्सं करून पासलले व्हते... पाटलांच्या मागच्याच अंगाला धोंड्या घोरत व्हता. पाटील त्येला लडालडा हलवीत म्हणाले,

"आरं ये धोंड्याऽ, लेका ऊठ!"

पर धोंड्याचा कायतरी समज झाला. आपल्या घरातच आपूण हाव आसं त्येला वाटलं जनू. त्यो झोपतच कुशी वळवत पुटपुटला,

"आगंऽ गप्प जरा! दिवसभर बडद्याडायचं, बडद्याडायचं कामाच्या घायट्यात नि राच्चं ह्या रांडंचा तर्रास! गप्प वाईच!"

तसा मंडळीत एकच हास्यस्फोट झाला! त्या आवाजानं मतोर दोघंबी चक्क जागं झाले... डोळं चोळत साऱ्यांकडं बघाय लागलं... "आरं मर्दानुऽ, उठा, चला च्याचं आधाण ठेवा. चला..."

"जोडणी करून ठेवलीया का न्हाई – पावडरीची, गुळाची, दुधाची?

का ऐत्या वेळी हीर काढणार?"

"न्हाई बाऽ, समदी जोडणी तयार हाय!"

"मग सुटा तर, करा जावा च्या..."

दोघंबी चावडीच्या आतल्या आंगाला गेलं, नि मग हिकडं परत मीटिंगला सुरुवात झाली...

"उद्या म्हाई, पर्वा म्हाई, त्येचं कसं कसं?"

"व्हय तेबी आजच ठरू द्या... गेलं सालीगत चार गल्लीला चार तमाशे उभा व्हायचं नको..."

"त्येचं आसं करायचं..."

यावर मी तितं लैसा थांबलोच न्हाई. झॉप आवरंना झालीती. लगट घरला आलो.

नऊ

रातीची कवा तरी आवचित जाग आल्यावानी झाली... कुणीतरी मला घुसमटून काढत हाय, आसं वाटायं लागलं... वर-खाली, डावं-उजवं करून माजी मोटली बांधत हाय आसं वाटाय लागलं. काकणाची किणकिणबी कानावर आल्यागत झाली आणि परत मला झोपंनं येढलं. पुढचं काईच जाणीवलं न्हाई.

पाटंचं जागा झालो... माजी कापडं नको त्या जागंला इस्कटली व्हती. झोपत आसं झालं आसंल देवा म्हणून ती सारकीवारकी केली आणि हांथरून गुंडाळून ठेवाय लागलो, तो हांथरुणात एक मासुळी दिसली! कुठल्या 'मासळी'ची ही मासुळी? मासुळी चांदीची व्हती, नि तिच्यावर वळदार मासळी रेखली व्हती. कुठल्या गुलछडीची ही मासळी? आणि हितं?

एकदम

मला आठवण झाली नि मी थरारून गेलो! सगळं काई आठवलं आन् काय झालं आसंल त्येबी उमगलं! क्षणात मी मोहरून गेलो. कोण अभिसारका आसंल ही? कोण गुलछडी आसंल ही? आपल्या पायानं चालत यिऊन, बेदरकारपणानं हाथरुणात शिरणारी कोण ही नटमोगरी नटरंगी? समोरच्या देशपांड्यांची विधवा सून? ती पायात मासुळी कशाला घालंल? मग कोण शेजारची मान्याची ल्येक– शांती? काळीकिट्ट नि डुकरिणीवानी वाढल्याली? का बाजूची न्हाव्याची द्रुपदा? की लगटच ऱ्हाणारी आवडाई का लिप्पाणीस्नं तंबाखूच्या कामाची रातपाळी आटपून आल्याली कुणी दुसरीच बाई? कोण आसंल ही उड्डाळ मैना? आणि किती दिसापास्नं माज्यावर तिची नजर आसंल? कोण बरं ही? का पवाराची फुलाच असावी? फुला, फुलवन्ता! तिचं धाडस हुईल हिवत याचं? ती करंल आसं? काय नेम धरायचा कुणाचा?

झटदिशी उठलो नि पाणवठ्याच्या रस्त्याला आलो. गावाबाहीरल्या पांदीकडंला यरुमुगली, घाणेरी नि चिक्काचा झाडोरा व्हता... त्येच्या आडोशाला थांबलो... माजी आटकळ बरोबर निघाली... घटकाभरात फुली डोईवर एक नि कमरंवर एक घागर घिऊन, खांद्यावर एक दोर टाकून, तालात पाय उचलीत पाणवठ्याकडं जात असल्याली दिसली... माज्या समोरनंच ती आपल्या पायातल्या मासुळ्या नि जोडवी चटाचट वाजवत निघून गेली! माज्या मनातला सौंशयाचा बंदा रुपाया मतोर बद्‌कन वाजला! पर एक समाधान वाटलं... फुली नव्हं तर ती! मग कोण? तिथनं परत येतावेळी उगंचच बायकांच्या पायाकडं नजर घोटाळू लागली... कुणाच्या पायात फकस्त मासुळ्या हुत्या तर जोडवी नव्हती, कुणाच्या पायात जोडवी हुती, तर मासुळ्या नव्हत्या नि कुणाचं पाय तर नुस्तं भुंडं हुतं!

आणि आवचित मनात इचार आला – ती कोण भाद्दरीन आसंल? तिनं आपल्या दुसऱ्या पायातली, ती ऱ्हायल्याली मासुळी, काढून ठेवली असली तर? व्हय, आसं जर झालं आसंल, तर मला कसं वळीकणार? घोड्यांचा, पाण्याचा नि बायांचा काई अंत लागायचा न्हाई हेच खरं!

ह्यो इचार मनात येताच जरासं समाधान वाटलं, पर हुरहुर वाटलीच– कोण आसंल बरं ती बया? तिनं मला दिसावं, भेटावं? आसं का

चोरूनमारून करावं तिनं?

का भूत आसंल ते? ह्या इचारानं काळीज लाट्‌कन हाललं! बरं, भूत आसंल म्हनावं तर भुताच्या पायात मासुळी?

उगंचंच काळीज चक्राकार घातल्यावानी झालं. कोण ती? कोण...? कोण...?

ह्या भिरमिटीतच दिवस लैसा वर आला, नि दोपाराकडं झुकू लागला. तसा मी उठलो, काखत धोतार मारलं नि चावरकराच्या हिरीकडं निगालो...

वडा वलंडून वर आलो, तो पल्याडल्या दरडंवरल्या आंब्याच्या झाडाखाली जैसिंगराव बसलेला... त्येच्या डोस्क्याला एक पट्टी बांधली व्हती. मांडीवर बंदूक आडवी पडली हुती नि जवळ एक मारल्यालं चित्तर व्हतं. त्यो सिग्रेट वडत, धूर काढत बसला हुता.

त्येच्या जवळ जात म्या इचारलं,

"काय जैसिंगरावऽ, डोस्क्याला काय लागलं? कसली खोक पडलीया?"

त्येनं एक खोल झुरका मारला नि भासक्यान धुराचा ढग सोडला आणि म्हणाला,

"खोक पडाय नाही भिमू, खोक पाडलीया!"

"आँ! काय म्हंता?"

"होय..."

"ह्येच्या माय व्हले ह्येच्या, कोंचा त्यो सांडसुक्काळीचा?"

"बाजीराव भोसल्या."

"आरं तिच्या! आनि हो? त्येच्या काय भ्हनीबरोबर 'गेला' हुता का काय तुम्ही खोक पाडायला?"

"ते एक निराळंच प्रकरण झालं!" बंदुकीच्या नळीवरनं हात फिरीवल्यावानी करीत जैसिंगराव म्हणाला, "ऐकणार?"

"सांगा की, ऐकतो. काय तरी तोड काढूया मग!"

"ऐक तर – परवाचे दिवशी सकाळचा चावरंकराच्या विहिरीवर असाच अंघोळीसाठी मी गेलो होतो. विहिरीत अंघोळ करीत होतो, इतक्यात कुणीतरी किंचाळल्याचा नि आवचित गप्प झाल्याचा आवाज कानावर आला! मी चमकलो. धावत विहिरीच्या पायऱ्यांवरून वर आलो. चौबाजूला बघितलं, तर कुठंच काही दिसेना. पुन्हा विहिरीत

उतरणार, एवढ्यात पुन्हा आवाज आला! आवाज ओढ्याकडल्या बाजूला येत होता. मी धावतच ओढ्याच्या बाजूला निघालो. ओढ्यावर पोचलो आणि पाहिलं तर – ओढ्याच्या पल्याडल्या करपाडीने बाजीराव भोस्ल्या लगालगा वस्तीकडे चाललेला. उपाळ्याच्या मळ्याकडे त्याचा रोख होता. त्याच्या काखेत लक्ष गेल्याबरोबर मी दचकलो, आणि विलक्षण चिडीनं माझं मन भरून गेलं. रागानं माझं रक्त उसळी मारू लागलं; कारण एखादी बाटुकाची कवळी काखेत घ्यावी, तशी त्याने एका मुलीला काखेत दाबून धरली होती. आणि तिचं तोंड दाबून धरून तो मोठ्या जलदीने वस्तीकडे जात होता... त्याच्या काखेतली ती दुर्दैवी मुलगी फार असहाय्यपणे हात-पाय झाडीत होती. बुचडा सुटून तिचे केस विस्कटले होते आणि पदर छातीवरून ओघळला होता नि जमिनीवरून तसाच ओघळत चालला होता. एका उसळीसरशी ओढ्याच्या दरडंवर उभा राहिलो नि तिथूनच गरजलो,

"बाज्या, सोड तिला!"

"न्हाई सोडत!" गर्रकन वळत, खर्जा स्वरात बाज्या म्हणाला, "काय, काय करणार हैस?"

"लाज नाही वाटत असं विचारायला? गावच्या पोरीबाळींची अब्रू घेतोस साल्या!"

असं म्हणून दरडंवरून मी ओढ्यात उडी टाकली. तशी बाज्यानं त्या पोरीला खाली सोडलं. ती पोर वाट मिळेल तिकडे सुसाट पळत सुटली आणि मला आढळून आलं की, ती जाधवाची जनी होती. कुणाच्या आध्यात मध्यात नसलेली, साधीभोळी निष्पाप पोर.

आता बाज्या पवित्र्यात उभा राहिला होता नि मला म्हणत होता, "तुज्या थोरल्या भावानं काय गुण उधळलंत रं जैश्या? त्यावख्ताला त्येला हे गिन्यान शिकवायचं..."

पण, त्याचं बोलणं पुरं व्हायच्या आत मी त्याच्याशी भिडलो. त्यानंही पवित्रा घेतला होताच... दोघांची चांगलीच जुंपली मग! त्याच्या तोंडाचा तीव्र असा दारूचा वास येत होता, अन् त्यामुळे मी गुदमरून जात होतो. इतर वेळी बाभळीच्या बुंध्यासारखा घनसर, पोलादी कांबीचा बाज्या मला खूपच वरचढ ठरला असता; पण दारू पिऊन हाल्ट झाल्यामुळे त्याच्या अंगात तितकंसं त्राण राहिलं नव्हतं. माझ्याबरोबर

लढताना वारंवार तो बडबडत होता, शिव्या देत होता, बरळत होता, अडमडत होता. क्षणात मी त्याला धोबीपछाडवर छपदिशी खाली आपटलं; पण भाद्दर लगेच उभा राहिला. चपळाईनं मी त्याच्या पाठीवर गेलो आणि त्याला कमरेला धरून पुऱ्या ताकतीनं छातीएवढा उंच उचलला नि दणकन खालच्या वाळूत आदळला. अशा तीन-चार पुट्या मारल्यावर गडी पार भेंडाळून गेला; पण त्याची खोड एवढ्याने मोडण्यासारखी नव्हती आणि माझीही रग अजून जिरली नव्हती. वाळूत पडून, लव्हाराच्या भात्यागत, धापत असलेल्या बाज्याला झटकन मी कंबरखोडा घातला नि घोसळू लागलो. मध्ये मी त्याच्या पाठीवर माझ्या छाताडाचा जोरात आघात केला, तसं त्याचं तोंड ओढ्यातील वाळूत, मातीत बुडालं! डोळे, नाक, तोंड त्यांनी भरून गेलं. 'थुः थुः' करून त्याने तोंडातील वाळू, माती थुंकून टाकली. परत एकदा आघात केला. पुन्हा पहिल्यागत परिस्थिती झाली. आता मात्र बाज्या पुरता कळवळला. क्षणभर वाटलं, आता बस्स झालं, पुरं झालं. सोडून द्यावं याला आता; पण जाधवाची जनी मनाफुढं येताच पुन्हा मला चेव चढला. मी पुन्हा त्याच्या पाठीत आघात केला आणि वाळूत बुडलेलं आपलं तोंड तो वर काढायच्या आत झटकन सावरी. तसा गडी हात-पाय जाग्याला बांधून ठेवल्यागत निपचित पडून राहिला. 'गावच्या पोरीची आब्रू काय उघड्यावर पडलीया साल्या!' असं म्हणत माझ्या हातापायातलं बळ एकवटून त्याच्या हातापायांना मी जबरदस्त ताण दिला. हातापायांना दोरी बांधून दोन्ही बाजूंस रस्सीखेच केल्यागत ओढावं, तसा त्याच्या शरीराला ताण बसला आणि मरणाच्या यातना झाल्या. तशी बाज्याची सहनशक्ती संपली, त्याने बोंब ठोकली,

"मेलोऽ, मेलोऽऽ!! वाचवा... मेलो!"

माझ्या मनावर कैफ चढला होता... वरून मी माझं बळ वाढवीत होतो आन् बाज्या बोंबलत होता... बोंबलतच होता... पण, इतक्यात माझ्या मागल्या बाजूने डोकीत कशाचातरी जबरदस्त फटका बसला आणि मी उलटापालटा झालो... अभावितपणे माझा हात मार बसलेल्या जागी गेला नि लालभडक गरम रक्ताने तो भरून आला... आणि माझी शुद्ध जात असताना एवढंच जाणवलं की, हातात काठ्या घेतलेलं गावगुंडांचं कडं माझ्याभोवती आहे... उपाळ्या... शेवाळ्या... आत्याळ्या...

आणि... आणि... तोवर माझी शुद्ध गेली.

किती वेळ मी तशा अवस्थेत होतो कुणास ठाऊक! पण, शुद्धीवर आलो, तेव्हा चाणचाण ऊन बडवत होतं... रक्त वाळलं होतं नि ओघळ तसाच अंगावर सुकला होता...

जैसिंगराव थांबला. त्येनं दुसरी सिग्रेट शिलगावली. एक माझ्यापुढं केली. 'नको नको' म्हणत मी ती घेतली. सिलगावली आणि म्हणालो,

"ह्येंच्या आयला ह्येंच्या, ह्येंचा चांगला वजावटा काढायला पायजे! सुक्काळीचं कोण समजत्यात सोताला? गावचं राजे? का ही मोगलाई हाय? मी म्हंतो, गावची पंचायत मीटिंग भरिवती, खुळ्या बाईची येवस्था करायच्या गोष्टी बोलती, पर ह्या गावगुंडांचा का बंदोबस्त करीत न्हाई?"

"ते खेकटं तुला नाही कळणार! मर्दाऽ, एकमेकांच्या शेपटी एकामेकांत अडकल्याल्या असत्यात... कोण कुणाला दुखविणार? आणि दुखीवलं तर कडीनडीला त्यांचा उपयोग कुठला होईल? अधीमधी फुकटच्या फाकट दारूचं शिसं घशाखाली कसं ओतायला मिळतील?"

"हे आसं सारं एडताक हाय, खरं त्येनला अद्दल घडवायची तरी कशी?"

"तू जरा गप्प बस्स... ही म्हाई जरा हुंदे, मग बघ कसा काटा काढतो ते. येणार तूही त्यावेळी मज्जा बघाय...? खुब्यातनंच पाय काढतो एकेकाचा!"

"येणार तर, तुम्हास्नी एकट्यालाच त्येंच्या तावडीत दिऊ व्हय? साल्याचं माकडहाडच मोडून टाकूया!"

"बरं, मी कामगिरीवर निघायच्यावेळी तुला बोलावीनच..."

"बलवा की... पर ह्यातलं काई घरात कुणाला दक्कल न्हाई न्हवं?"

"नाही... डोस्क्याला लागल्याविषयी विचारलं होतं; पण विहिरीत सूर मारताना लागलं अशी मी थाप दिली!"

"बरं, चलू आता आंघुळीला...?"

"जा तर... मीही निघतोच की..."

माजा धाकला मामा माज्याच वारगीचा हुता... रातीचं जेवान

झाल्यावर त्येला कसली हुकी आली कुणाला ठावं! म्हणाला,

“भिम्या, येणार का बरोबर?”

“कशाला?” म्या इचारलं...

“थॉ त्येच्या, तुजा आडामोडा सुरू झाला! ‘कशाला’ म्हणू नको, चल म्हनल्यावर चलावं... काय?”

“बरं, चला तर!”

मी मामाच्या मागून निमूटपणानं चालू लागलो... त्येची पावलं उपाळ्याच्या मळ्याकडं पडू लागली... कशासाठी ह्यो मला न्हेह्याय लागलाय हे जरासं समजलं, तरीबी मनात अंदेसा हुताच...!

खोपटाचं दार उघडून आम्ही आत जाताच भस्‌दिशी दारूचा उग्र भपकारा आला... त्याने नाकपुड्यांना गुदगुल्या केल्या... आत नेहमीची चांडाळचौकडी हुतीच. आम्हाला आत आल्याचं बघून बाजीराव भोसल्या म्हणाला,

“या भार्मलऽ, लै दिसानं येणं केलंसा?”

“ह्यो पाव्हणा आलाय म्हाईसाठनं... त्यो आनि परत जाताना म्हनायचा – गेलो मामाच्या वाडीला नि ‘कोरडं’च पाठीवलं परत!”

“व्हय तर...” शेवाळ्याने सूर वढला...

“तवा म्हनलं आज जरा ‘वल्ला’ करून आनावं! हंऽ काढ बघू एक नग!” आणि मामानं खिशातनं झटदिशी एक पाचाची नोट फडकविली, नि ‘ह्या नोटंचं म्हन्नं काय? ठासून, घोळून झाली पायजे!’ असं म्हणत एखाद्या गुलजार नाचीपुढं करावी तशी उपाळ्यापुढं केली, आन्‌ रंगात आल्यागत म्हणाला,

“बोल राधेऽ, संगम हुईल का न्हाई? काय म्हन्नं हाय तिचं?”

“त्या बिचारीचं काय म्हन्नं असायचं?” हासत हासत उपाळ्याने ती नोट हस्तगत केली, “आणि आसलं तर हेच की फकस्त एक...”

“बाटली!” शेवाळ्या पिऊन हाल्ट झाला हुता नि तसाच जमिनीवर पासलला हुता, त्यो एक हात उंचावून म्हणाला, आनी खँः खँः करून हासू लागला...

त्येच्या दाडवानाखाली एक घुट्टा दिऊन ते खँः खँः बंद करावं, असं मला वाटाय लागलं उगाचच!

एवढ्यात बाटली घेऊन उपाळ्या आला. मीबी तिच्याकडं हावरटागत

बघाय लागलो... घशाची-तिची लै दिवसाठावनं गाठ पडाय नव्हती... आज मतोर नामी योग आला व्हता...

हात पुढं करून मी बाटली घेणार, एवढ्यात मामानं ती हस्तगत केली आणि माझ्या पुढ्यातल्या पेल्यात जराशीच वतून आपणमतोर आख्खी तोंडाला लावली!

तिला आर्धी 'कम्प्लीट' केल्यावर खिशातनं भडंगाची पुडी काढली... उगंच न्हाई मामा माजा! तसा लै धोरणी हाय, आसी आधीच सगळी तयारी असतीया त्येची... ती पुडी माझ्याफुडं पसरत म्हणाला,

"घे, खा– भडंग हाय. मटणात जशी नळी तशी दारूत भडंग खावावी... बग कशी टेस येतीया!"

मी एक घोट घशाखाली उतरविला हुता... फुढ्यातल्या पुडीतला एक फक्का मारला, आणखी एक घोट उतरविला. असं माझं पिणं चाललं व्हतं. तवरका मामानं पुरी बाटली खाली केली व्हती!

"उपाळ्याऽ...!" मामा म्हणाला. आता त्येला हळूहळू चढत हुती जणू.

"काय गा?" उपाळ्या भट्टीजवळनंच म्हणाला.

"आण आनि एक नग!"

"पर पैसे?" उपाळ्यानं मुद्द्याचं विचारलं.

"पैशाची ऐसी तैसी साली! काय लावलाईस 'पैसे, पैसे' करून! कुनबी हिंग लावून हिंगलत न्हाई त्येला! आनि मघाशी रुपय पाच दिलं ते उडालं – भुर्रऽकरून?"

"पाच रुपयात किती नग द्याचं तुला? नगाला पाच रुपय रेटच हाय."

"आसंल की, खरं त्यो लिप्पाणीत, ह्या वाडीत न्हवं! हितला रेट सांगा! मला लै चढलीया आसं समजू नको. आजून सुद्दीत हाय मी!"

"बरं काय म्हन्नं तरी काय बाबा तुजं?"

"आनि आण. आताच कुटं रंग चढाय लागलाय. इडा रंगला गंऽ बाई रंगलाऽ, किस्न दंगला गंऽ बाई रंगला!"

ही पीडा टळू दे एकदाची असा चेरा करून उपाळ्याने आणिक दोन कपभर हुईल एवढं ते अमृत आणलं. आता अमृताला कसं 'न्हाई' म्हणायचं म्हणून मी पुढ्यातला पेला फुडं केला. पर आताबी मामानं

डाव साधून त्या पेल्याचा कबजा घेतला आन् माज्या पेल्यात मघावानी जरासं वतल्यासारखं करून आपुन सारं घटाघटा घशात रिचिवलं!

मला उगंच जरा धुंद्यावल्यागत वाटाय लागलं आता. पर मामा पिवून 'लास' झाला व्हता. त्येला सरळ उठता येत नव्हतं की सरळ बसता येत नव्हतं. हांऽ, सरळ झोपता मतोर येत व्हतं. आणि त्येनंबी तसंच केलं! गडी सरळ आडवा पसरला! मी त्येला हालवून उठवायला लागलो,

"मामाऽ, ये मामाऽ... आरं ऊठ. येणार न्हाईस घरला?"

"कुटलं येतंय त्ये? आता जा तू हेमल्यागत एकटाच!" बाजीराव म्हणाला, "पिऊन हाल्ट झालाय मर्दा त्यो, त्येला धड उभाबी ऱ्हाता येत न्हाई! सूट एकटाच आता..."

उपाळ्यानं, शेवाळ्यानंबी दुजोरा दिला. आत्याळ्यानं री ओढली. तसा मी बाहीर पडलो. सकाळचं उठून सुद्दीवर आल्यावर मामा ईल म्हणं आसं यवजूनच चालू लागलो.

कसंतरी अडमडत मी वाडी जवळ करीत व्हतो. दोनदा सरळ रस्ता समजून वगळीत घसरलो. जरासं खरचटलं एवढंच... बाकी काय सुदीक झालं न्हाई. सुखरूप वाडीची शीव गाठली. तवा पायाचा घोटाबी कॅचक्वांव करत व्हता!

बक्कळ रात झाली व्हती. अंधाराच्या भिंतीवर चुन्याची बोटं उठविल्यावानी पंचायतीचं दिवं दिसत व्हतं. वाडीत सारं सामसूम हुतं. मधीच एखादं कुत्रं आवलगामी लागल्यागत भुंकत उठत हुतं नि तोंड वाजवून परत थंड हुत व्हतं...

मी गल्लीतनं जायला लागलो आणि मधीच आवचित कुणाचं तरी खॉः खॉः हासू कानावर पडलं. जरा कान टवकारलं, तर आवाज बायकी वाटला. कुणीतरी हासत हुतं. गुदगुल्या केल्यागत हासत हुतं. काय ह्ये झ्यंगाट हाय बरं? कसली भालगड?

माझी निम्मी धुंदी उतरली. आवाजाचा कानोसा घेत बघितलं नि उरल्यालीबी निम्मी खाड्कन उतरली!

वाड्याच्या मागल्या आंगाच्या खोपटातनं आवाज येत व्हता, नि त्यो वाडा पाटलाचा हुता!

मी फुडं धावलो. खोपटाच्या बंद दाराच्या फटीला डोळं लावलं.

आतला पर्कार बघितला नि तिवडा रवल्यागत जागंला रवला गेलो.

आत ठार काळोख व्हता... आन् त्यातनं 'आगं ये हिकडंऽ, आगंऽ ये हिकडं' असा पाटलाचा आवाज येत व्हता... पाटलाच्या हातात बॅटरी व्हती नि त्या बॅटरीच्या उजेडाचं गोल वर्तुळ खुळ्या रत्नव्वाच्या देहावर पडलं व्हतं. रत्नव्वाच्या अंगावर चिंधुकबी नव्हतं... निस्स नागडी हुती ती! अंगावरच्या उजेडानं गुदगुल्या केल्यागत ती हासत हुती. उजेडाचं वर्तुळ तिच्या नको त्या भागावर स्थिरावत हुतं... नि वर्तुळातले कोन उठून दिसत व्हते... पाटील पेटला असावा आणि तिचा देहबी पेटलेल्या ज्योतीगत दिसत हुता. गोरापान, दिवटीवानी तरारता फरफरता!

मला काल रातीची चावडीतली मीटिंग आठवली... त्यातला म्होरं म्होरं करणारा, रत्नव्वाची 'शिस्त' लावणारा भला पाटील आठवला आणि...

दहा

दुसरा दिवस उजाडला. कोंबडं केकाटायचं थांबलं आणि सारी जागी झाली. आज म्हाईचा दिवस. सकाळपारचा अंगातला पारुसा आळस पार नाहीसा झाला. म्हाईला म्हणून बोलावल्यालं माज्यागत थोडं पाव्हणं आधीच आलं हुतं नि आजून न आल्यालं पाव्हणं आज येणार व्हतं. दिवस कासराभर वर याच्या आत त्येंची वहात लागली असती. आनिक म्हंजे, मुल्लाण्याला बलवून आणून जारजूळ बकरीबी कापावी लागणार व्हती आणि ती कापल्यावर मग लैच कामं खुळांबून ऱ्हाणार हुती.

"काय रं भिमा, काल मुल्लाण्याला सांगितलाईस ऱ्हाई का लौकर यायला?'' थोरल्या मामानं सकाळचा च्या पिता पिता मला इचारलं.

"आलोय तर गा! खरं आजून कसं आलं ऱ्हाई

त्येला?''

"बायलीऽ माजल्यागत सारी! बरं, आता जा, उभ्या उभ्या त्येच्या घरला जा, आनि हाय तसाच वडून आण बेट्याला!''

मुल्लाण्याला आता कसं फैलावर घ्यावा ह्येची मनी वाटाघाट करीत निघालो. बामण गल्ली पार केली, शेलार आळीतनं जायला लागलो, एवढ्यात हाळी आली,

"भिमूऽ ए भिमू.''

म्या बघितलं – तर सुताराची पारू आपल्या दारात उभी ऱ्हावून मला बलवत हुती.

मारीऽ, हिचा एक इसोरच पडला व्हता की! इचार करत तिच्याजवळ गेलो नि इचारलं,

"काय पारू?''

"सकाळचं रामाधर्माच्या पाऱ्यात भिगीद्यान चाल्लाईस? ये की.''

"चाल्लोय मुल्लाण्याला हाटकून आणायला! आता आनि कवा तरी यीन म्हनं!'' तिच्याकडं बघत मी म्हणालो... हिरव्या जर्द पानात सोनचाफ्याचं फूल फुलल्यालं दिसावं, तशी ती हिरव्या वाणाच्या जुन्यारात दिसत व्हती... तिचा भरल्याला देह आणिक भरल्यागत वाटत हुता ह्या सकाळच्या पारात...

"च्या प्यायला याचं कबूल केलाईस, इसरलास जनू?''

"न्हाई इसराय...'' खरंच, ते मी इसरूनच गेलो व्हतो. उगच आता लपवालपवी चाल्ली व्हती, "आज तू पाव्हण्यापयांच्या धावडीत असणार... उद्या यीन म्हणं!''

"मानूस मोटं झाल्यावर माया पातळ हुती म्हणं, त्ये काय खोटं न्हाई तर!'' तिनं टोला मारलाच. माजी लपवालपवी उघडी पडली असावी!

"उगच मनाला लावून घिऊ नको पारू, उद्याच्याला येतो म्हंजे येतो!'' म्हणालो नि तिथनं पुढं सटकलो.

पुढला म्हारवाडा नि त्यालगतचा मांगवाडा मागं टाकला. मुल्लाण्याचं घर गांवदरीजवळ हुतं. त्येच्या कोंबड्या नि एक कोंबडीची रवण रवणे ह्येचं सैन्य दाराफुढं हुतं. त्येंच्यातनं वाट काढत मी मुल्लाण्याच्या घरात गेलो. तो तिथं माझ्यावानीच संतापल्यालं भिकू रावण, केरबा शिंदे, हरी

नलवडे मुल्लाण्यावर तोंड सोडत असल्यालं दिसून आलं. मीबी त्यात मिसळलो नि वटावटा करायला लागलो.

"का रं बाबाऽ, गावात एकला एक मुल्लाणी म्हणून लै भाव आलता व्हय तुला?"

"लै माजल्यात रं ही लांडी! लौकर यायला कालच म्या सांगितलंय पर आजून ह्येचा पत्त्या न्हाई. पाव्हण्यांनी तर घर भरायला लागलंय नि आजून कशाची जोडणी न्हाई! काय करायचं मान्सानं म्हंतो मी!"

"आम्चंबी तसंच हाय गा, कुनाला सांगायचं!"

आता ह्यातल्यात पयल्याझूट कुणाकडं जायचं ह्येचं कोडं मुल्लाण्याला पडलं. माज्या मामानं सर्वाआदी कालच सांगितलंय, तवा त्येचा पयला लंबर लागतोय ह्येची याद मी मुल्लाण्याला दिली, तशी त्यानं 'दादा–अप्पा' करून कशीतरी बाकीच्यांची समजूत काढली नि त्येनला वाटंला लावलं.

मग त्यो घरात गेला. आदल्या दिवशी पाणी पाजवून ठेवल्याली सुरी, धार लावायची सळी नि आपल्याला मदतीला आठ्या वर्साचा आपला पोरगा रसूल ह्याला घिऊन त्यो माज्याबरोबर भाहीर पडला.

आमच्या घराकडं येतावख्ती वाटंत लागणाऱ्या अनेक घरातनं आलेल्या संतापी सवलांस्नी मुल्लाणी मोठ्या नेटानं तोंड देत व्हता. "लौकर येतो, तुम्चा खुळांबा करत न्हाई. भिवू नका!" म्हणत त्येनला दिलासा देत व्हता.

आमचं घर आलं. मुल्लाण्याला घिऊन मी परड्या आंगाला गेलो... तिथल्या पेरवाच्या झाडाला बांधल्यालं बकरं हाती सुरी घेतलेल्या मुल्लाण्याला बघताच जोरजोरानं बेंबटू लागलं. बांधल्याली दोरी तोडून घ्यायसाठी धडपडू लागलं...

"बे छिनालके बच्चेऽ क्यो खालीपिली चिल्लाता है? चूप बैठ रांडके!" उठल्यापास्नं दुसरं काई न खाता नुस्त्या दुसऱ्यांच्या शिव्याच खाण्याची पनोती लागलेल्या मुल्लाण्याने आपली शिव्या देण्याची हौस नि राग भागवून घेतला!

मग बकरं सोडलं. त्येला खाली पाडलं. मुल्लाण्याने बकऱ्याचे मुंडके जमिनीला जाम दाबून धरले. मामा, मी व रसूलने बकऱ्याचे चारी पाय ताकतीने दाबून धरले. तेवढ्यात धाकला मामा रगात साठवायसाठी

घरातनं पा-सा मातीच्या झाकण्या घेऊन आला. घरातल्या चिल्लीपिल्ली पोरांची फलटण बकरं कसं कापत्यात हे बघायला गोळा हून जवळच उभी ऱ्हायली.

मुल्लाण्याने बकऱ्याच्या मुंडीखाली झाकणी ठेवली. डाव्या हाताने मुंडके तसेच जाम दाबून धरले, उजव्या हातात सुरी घेतली नि सफाईने बकऱ्याच्या या कानापासून त्या कानापतोर फिरविली! तसं मानंखालच्या झाकणीत गरम गरम लाल रगात पडू लागलं.

मुंडकं धडावेगळं झालं, तरी बकरं धडपडतच हुतं. रगात जसजसं कमी हुईल तसतशी ही धडपडही हळूहळू बंद पडली.

मग जवळच्या त्या पेरवाच्या झाडाला बकऱ्याचं फुढलं दोन्ही पाय टांगून मुल्लाण्याने व त्येच्या पोराने थोड्याच वेळात ते सोललं. चामडं अल्लग केलं, आन् त्या 'गोसा'चं मोठंधाटं पासा तुकडं पाडून आमच्या ताब्यात दिलं. एवढं सगळं झाल्यावर जवळच्या भुगुण्यात आपलं रक्ताळल्यालं हात नि सुरी धुता धुता मुल्लाणी म्हणाला,

"बरं हाय सर्कार, जाताव आता!"

तशी थोरल्या मामाने खॅस मारली,

"ह्येची मायव्हलेऽ चाल्लास व्हय गा! आनि ह्ये तोडणार कोण? तू का मी?"

"पर अबी समद्या ठिकाणाला जानेकू हाय. तोडत बसायला टैम कुटं हाय सर्कार! तवा घ्या तुमीच मोठंधाटं तोडून."

"त्ये काई सांगू नको मला! आगुदर तोडून द्याचं, मगच बाहीर पडायचं, हांऽ, आर्धवट काम सोडून जाशील तंगडीच मोडीन तुजी!"

आता जास्त घोळ घालण्यात काई 'राम' न्हाई असं यवजून त्या लालभडक नि आजूनबी थरथरणाऱ्या 'गोसा'चे मुल्लाणी कचाकच तुकडं करू लागला.

घरोघर बकरी पडू लागली. त्येंचं मांस चुलीवरच्या हंड्यांत रटरटू लागलं. घरातील बायका भाकरी भाजू लागल्या, भात उकडू लागल्या. मसाला कुटू लागल्या. म्हाईसाठी म्हणून चार-आठ दिवस आगुदरच बलवून आणलेल्या लेकी, सुना, नाती, लांबच्या, जवळच्या आज्या, मावश्या, फलाणी भावजय, ती तमकी घस्टनीतली ह्यातल्या कुणी ना कुणी स्वैपाकाला मदत करू लागल्या. कुणी नुस्तीच धावपळ करू

लागल्या. वचावचा बोलू लागल्या. कचाकचा एक दुसरीला धांदलीत धक्के मारू लागल्या. पायाशी लुडबुडणाऱ्या आपल्या पोराटोरांवर वस्सकन आरडू लागल्या. त्येंच्या पाठीत धपाधप धपकं घालू लागल्या.

ह्या सगळ्या धावऽदंग्याने नि 'आतनं' येणाऱ्या चविष्ट वासानं घरं भरून गेली. ह्या वासावर तरंगतच आवतनं गेलेला पर अद्याप न आल्याला एक एक पाव्हणा येऊ लागला. सकाळपासूनच्या गडबडीतनं नुकतीच जरा उसंत मिळाल्याने शिवाऽ म्हणून ओटीवर टेकलेला व चंची सोडून सुपारी कातरीत 'बार' भरण्याच्या तयारीत असलेला थोरला मामा 'या पाव्हणंऽ, वाईच येळानं येणं केलंसा?' असं म्हणत त्येंचं आगतस्वागत करू लागला.

म्हाळाची पुनेव, चुडीची पुनेव, नव्याची पुनेव तशी ही म्हाईची पुनेव वर्सातनं एकदाच येती, काळभैरीच्या म्हाईपास्नं ह्या पुनवंला सुरुवात हुती. पयली म्हाई काळभैरीची नि ह्यो पयला मान तिचाच. माघाच्या पुनवस्नं तिसऱ्या दिशी काळभैरीची म्हाई. त्यादिशी मोठी जत्रा भरती काळभैरीवर. कासारणीच्या तिठ्यावर उतरावं. तिकडून हाडीलग्याच्या पांदीतनं अर्धा तास डाव्या आंगाला नि मग जरासं उगावतीला वाटचाल केली की आली काळभैरी. डोंगराच्या बेचक्यातली, उतारावरली. हितनं थेट खाली दीड-एक मैलावर गडहिंग्लज, बड्याची वाडी, हाडीलगं, गडहिंग्लज ही ह्या म्हाईची मान असल्याची गावं.

तर ह्या काळभैरीची म्हाई संपली, की मग आजूबाजूच्या टापूतल्या हजारो खेड्यापाड्यातनं म्हाईला पेव फुटतं. कुटल्या गावची म्हाई ह्यानंतर दुसऱ्या दिसी, कुठल्या गावची तिसऱ्या, कुठल्याची चौथ्या नि कुठल्या गावची ह्यावर म्हैन्या-दीड म्हैन्यानंबी! आन् ह्यो दिवस ठरवायसाठी एखादवेळी गावात बाचाबाचीबी हुती. गट पडत्यात, भांडणं हुत्यात नि काही वेळा खून झाल्याचीही उदाहरणं हाईत.

म्हाईचा दिस जवळ यील, तसा गावकरी तयारीला लागतोय. शेताभातात उन्हाळ्याच्या मशागतीच्या कामाला जाता जाता एकमेकाला विचारू लागतो,

"काय गा नानाऽ जोडणी झाली का?"

"कुठली मर्दाच्याऽ, ह्यो आसला म्हागाईचा कार, तरीबी बघाय लागलोय. येत्या बेस्तरवारी बाजारला जाणार हाय लिप्पाणीला. तशी

तिथं मान्सं राखून हाय मी. बघायचा शब्द टाकून.''

आणि आसं कर्ज काडूनबी रक्कम जमविली जाती. बकरं खरेदी केलं जातं. इतर सामानाची जोडणी पुरी हुती. म्हाईच्या पुनवंत बकरी म्हाग म्हणून सदू चव्हाणासारखी काही धूर्त व हिकमती मान्सं आधीच बारकीसारकी पालवी खरेदी करत्यात. म्हाईच्या दिसापतोर त्या पालव्यांची चांगली चरबीदार, गुबगुबीत बकरी तयार हुत्यात. मग घरात एखादं ठेवून बाकीची बेमाप भावानं इकून टाकत्यात.

एखादं बकरं खरेदी केलं म्हंजे बाकीच्या तयारीला येळ लागत न्हाई... धान्यधुन्य घरातच असतंय. एखादी अवजड खेप लिप्पाणीला टाकली की, जुंधळ्याचं पीठ हुतं नि भाताचं तांदूळ... मग आजूबाजूच्या पै-पाव्हण्यांना आवतनं धाडायची, सांगावं द्यायचं. पाव्हणा जवळ असला, तर सोता जायाचं, लांब असला, तर पत्रं टाकायची...

सासरी असल्याल्या नव्या नवरीला म्हायारला यायला 'म्हाईचा दिवस' ही एक नामी संधी असती. म्हाईचा दिवस हाय, 'न्हाई तरी कसं म्हनायचं?' असा इचारपाचार करून मग सासरची मंडळी गाडीवर सवारी घालून गाडी जुंपत्यात... बैलांच्या गळ्यातलं घुंगरू 'खुळम् खुळम्' वाजायला लागत्यात नि त्येचा धुस्कारा हवेत उडू लागतो... नोकरीचाकरीच्या शहरी असला एखांदा तालेवार माणूस आपल्या बायकामुलांसह ह्या दिसी अगदी टेसांत ट्याक्शी करून येतो. गावातल्या रस्त्यावरचा धुरळा फुफाटा उडवीत. अशी एखादी ट्याक्शी कौलारू घरापुढं उभी ऱ्हायली की, आजूबाजूच्या घरातली पोरंटोरं मोठ्या आप्रुवाईनं ट्याक्शीभोवती गोळा हुत्यात... काई धीट पोरं रंगावरनं नवलाईनं हात फिरवित्यात... तर काई नखानं नि अणकोचीदार दगडानं रेघोट्या मारत्यात... तर एखादं जाणतं प्वार त्या रंगावर 'काशी आनि शिरपा' आसं लिवून निराळीच चित्तरकथा जगजाहीर करतं...!

असा पै-पाव्हण्यांचा गोतावळा जमा व्हाया लागतो. जेवान व्हायला आजून तसा लैसा येळ असल्यानं नि शिवाय दुसरं काईच काम नसल्यानं पाव्हण्या-पाव्हण्यात गप्पा रंगायला लागल्यात... मळ्यातनं आणल्याल्या ताज्या कवळ्या पानाबरोबर विडा रंगू लागतोय नि दारापुढलं आंगणबी!

दुपारच्या एकदीडचा सुमार झाला. पाव्हण्यांच्यात बकऱ्यावर ताव

मारायचा म्हणून आज आल्यालं पाव्हणं सकाळची न्ह्यारी न करताच आल्यालं व्हतं... अन् या येळंल त्येंच्या पोटात भुकंमुळं वायगोळं उठायला लागलं! त्यात आनि स्वैपाकघरातनं येणाऱ्या खमंग वासाची भर पडली! पाव्हण्याच्या ह्या स्थितीचा त्येंच्या चेऱ्यावरनं अंदाज घिऊन थोरला मामा सारखा आतबाहीर करू लागला. आतल्या बायकामान्सास्नी विचारू लागला,

"काय गंऽ, आटपलं का? केवढा योळ हाय अजून?"

"थांबा म्हणावं वाईच." कामाच्या कावानं आधीच कावल्याली मामी मामावरच खॅस मारू लागली, "हे काय हे झालंच!"

असाच आणिक अर्धापाऊण तास गेला... आणि जेवण तयार असल्याचं मधाळ शब्द कानावर पडलं. तसं मामा आत गेला. देवाफिवाला पयल्याझूट निवद दाखविला... ह्या वेळात धाकला मामा, मी नि पोरांनी मधल्या माळीत तादुकाच्या, घोंगड्याच्या घड्या घालून पंगतीची तयारी केली...

निवद दाखवून होताच मामा बाहीर आला, नि ताटकळत बसलेल्या समस्त पाव्हण्यास्नी म्हणाला,

"हं मंडळी, घ्या बसून आता. बाहीरल्या बाजूला हौद हाय, तांबे हाईत. हातपाय धुवून घ्या नि बसा..."

तशी पाव्हण्यांत एकच तापद्रा उडाली... ज्यो त्यो झाट्दिशी चूळ भरून पाट्दिशी पंगतीवर यिऊन बसला... इस्ताऱ्या टाकल्या, वाढलं आणि मग पंगतीमधी ऊदकाड्याचा जुडगा लावून, जोहार केल्यागत नमस्कार करीत मामा म्हणाला,

"हंऽ चालू करा मंडळी!"

तशी ही वेळपतोर मनातनं चरफडत असलेली, तिष्ठलेली मंडळी जेवणावर अक्षरश: तुटून पडली! नाक सुर्रकन वोढीत, डोळ्यातनं येणारं पाणी आवरीत त्यो जीभ हुळहुळाया लावणारा तिखाट डोम रस्सा ओरपू लागली... आग्रेव्ह व्हाय लागला... आन् मग बऱ्याच येळानं ढेकरं देत पंगत उठली... मग पानतंबाखूचा तोबरा भरून रवंथ करीत करीत ज्यो-त्यो जागा मिळंल तितं पसरला...

पर मी झोपाय नव्हतो... मी रातीची वाट बघत दाराजवळ वाऱ्याच्या जागंला बसलो व्हतो...

आन् आसं निवांत बसल्याबरोबर आवचित फुलीचा इचार मनात आला... फुली! तिनं पर्वादिशी सांगितलंय, आज म्हाईच्या राती बिरोबाच्या माळावर याचं म्हणून! आज तर येईल का ती? का पर्वागत गुल्या दाखवल? दिल्याला शब्द तिच्या तरकत आसंल का? नि आसला तर त्यो ध्येनात ठेवून शब्द पाळील का आपला? का तिच्या तरकतच नसंल? आसं तरी कसं बरं हुईल? का आपल्यालाच तेवढी तिची येवढी वड लागलीया? नि ती मतोर थंडगार बर्फाच्या गोळ्यागत ऱ्हावून फकस्त आपली गमजा बघती? मांजार उंदराला खेळविल्यावानी आपणाला खेळविती?

असा मनात घोळ घालतच सांज झाली. किनिट पडायचा वख्त झाला... तसा मघापास्नं झोपलेला एकएकजण, एक दुसऱ्याला उठवीत जागा व्हायला लागला, आन् मग तोंड धुवून, मिळाल्याला च्या मारून कोण कुठं, कोण कुठं आसा जो त्यो निघून गेला...

आन् मीबी वाईच पाय मोकळं करावं म्हणून भाईर पडलो... गावकामगार पाटलापास्नं ते तराळापतोर कुणाचा दिकून पत्त्या नसल्याल्या चावडीवरनं चक्कर मारली. मारुती नि अंबाबाईची देवळं पालथी घातली, आन् जरा वाकडी वाट करून फुलीच्या घरावरनं एक फेरी मारली. सवागती म्हणून ती जर बाहीर आल्याली आसली, तर रातीच्या गोष्टीची तिला याद द्यावी – ह्यो हेतू हुता... पर तिच्या घराफुडल्या जोत्यावर पै-पाव्हण्यांची हीऽ जत्रा हुती! त्या गोमगाल्यात ती कुटनं आलीया दिसायला!

कोळमाटून गेलेल्या मनानं तसाच पुढं निघालो नि पाणवठ्याकडनं पाण्याच्या घागरी भरून घेऊन येत असल्याली फुली दिसली! माज्या मनात आनंदाची कारंजी उठली. उंच उंच उडाली... ह्या सांजवखतचं ही कसलं पाणी आणतीया? मनी सवाल उठला नि मग लगेच जवाब मिळाला – पाव्हणं लैसं जमल्यानं सकाळी भाराभरती केल्यानं पाणी संपलं आसंल म्हणून सांजची जोडणी करायसाठनं पाणवठ्याकडल्या ह्या खेपा असतील... मला जरा वंगाळच वाटलं. हे समदं आधीच कसं माझ्या डोस्क्यात आलं न्हाई! मी पाणवठ्याच्या बाजूला एक चक्कर तर टाकली असती, म्हंजे फुलीची गाठभेट हून धड बोलता तरी आलं असतं! छा: छा:, संधी हुकलीच म्हनायची!

आम्ही दोघंबी तिच्या घराफुढल्या गल्लीतच व्हतो, कसं बोलायचं, मोठी कठीण गोष्ट व्हती! तरीबी ती समोरनं जाता वख्ती माझ्याकडं बघून आसं हासली, आसं हासली की, काळीज खल्लासच झालं!

एकूण हिकडल्या इतकीच तिकडंबी आग भडकलीया तर! ह्या इचारानं मला हुरूप आला... त्या नादात मी भारभार चालू लागलो... एवढ्यात शेजारच्या मोगळातनं आवचित माजा धाकला मामाच सामोरा आला. त्येनं इचारलं,

"काय गाऽ हिकडं कुठं?"

त्येच्या ह्या सवालानं मी केवढ्यांदा दचकलो! ह्येला समदं ठावं झालं का, ह्या इचारानं मनाला चरकाच बसला! सुकल्या व्हटावरनं जीभ फिरवीत कसातरी म्हणालो,

"जरा वाईच निर्मलवानी पाय मोकळं करावं म्हणून भाहीर पडलो व्हतो... आनि तुमची काय तयारी?"

तसं त्येनं साट्शिरी शर्टाखालनं सायकलची भरल्याली इन्नर भाहीर काढली! आन् खिनभर मला दावून बोलला,

"ह्या जोडणीत व्हतो! काल रात्री तुजी हौस फिटली न्हाई, तुजा आत्माराम थंड झाला न्हाई, म्हणून आज ही जंक्शन तयारी केलीया. हाण की पायजे तेवढी!!"

"हाणूया! खरं गावात पिलं म्हंजे. काय दगाफटका न्हाई न्हवं – पोलीस पाटलाचा?"

माज्या ह्या खुळ्या सवालावर त्यो खॉ खॉ करून हासाय लागला... मग म्हणाला,

"आरं, आज गावची म्हाई. मटनाच्या जेवनावर 'हे' पायजेच सगळ्यास्नी, आन् त्येला पोलीस पाटील काय आडविणार – खुट्टा! त्ये पाटीलबी आजला पिवून हाल्ट असतंय्! बघशीलच रातच्याला आज!"

आसं बोलत बोलत घर आलं, म्होरच्या बक्कळ मोठ्या पडवीत पै-पाव्हण्यांचा समदा गोतावळा जमा झाला हुता.

घटकाभरात समदी जमल्याची खातरजमा झाल्यावर पंगती बसल्या. दुपारच्या गरम केलेल्या रश्श्यावर नि आता केलेल्या उनउनीत भाकरीवर सरसरून जो तो ताव हाणू लागला.

पंगती उठूस्तवरका रातीचा साडेआठ-नवाचा सुमार झाला. इस्नुपंत

कुळकर्ण्याच्या घरापुढील हमचौक जागेत तमाशा व्हणार हुता... म्हणून जेवण आटपल्यावर एक एक पटका तिथं जमू लागला आणि त्या चौकात हिकडं-तिकडं असं घोळक्या-घोळक्यानं बसून गप्पा हाणू लागला... कुठंतरी मधाचं मोहळ उठून माश्या याव्यात तशी पोरंटोरंही अचानक आली नि उगच कालवा उसळू लागली. लोकं बसून उरलेल्या जाग्यातून पळापळी करीत 'अब्बुढबु' खेळू लागली... मधीच एकमेकांशी भांडण उकरून काढून हातापायांना मेहनतही देऊ लागली.

चौकातच डाव्या बाजूला दीक्षित बामणाचं पडकं घर हुतं... लै वरसं झाली... जळीत प्रर्कणात हे घर सापडलं आणि त्या धांबडीत दीक्षितानं गाव सोडलं ते कायमचंच... तवापास्नं हे घर पडीकच हुतं. पांढऱ्या मातीच्या विटांनी बांधल्याल्या त्या भिंती झिजत जाऊन जमिनीत डोस्कं रुतवायच्या बेतात हुत्या...

पर धूर्त सदू चव्हाणाचं हिमती डोस्कं ह्या पडीक जागंचा आज निराळाच फायदा करून घीत व्हतं... मजबूत पाय रवून उभ्या असलेल्या एका भिंतीपाशी जराशी साफसफाई करून चव्हाणाने तीन दगड ठेवले, वर पाण्याचा हंडा चढवून खाली ढणाढणा जाळ लावला... जवळच जमिनीवर एक फळी ठेवली. तिच्यावर तीन-चार कप, त्यातल्या दोनेकांचं कान तुटलं व्हतं नि तितक्याच बश्या– ह्यामतोर फुटल्या नव्हत्या! ठेवल्या. त्या धुण्यासाठी जवळच पाण्याची एक 'पेशल' बारडी ठेवली... आज १०-१५ तरी 'नगदौ' जमतील आसा होरा चव्हाणाच्या मनात हुता... गावात जशी तालीम न्हाई, तसंच हाटीलबी न्हाई... च्या-चिवडा हाणायचा झाला, तर कासारणीच्याच हाटीलाकडं तंगड्यातोड करीत जायची पाळी येती... म्हणून फुडं-मागं गावची स्टोरी कुणीतरी लिवली तर पयल्याझूट हाटील काढल्याचा मान चव्हाणाचाच, हे ठळक अक्षरामंदी त्यात लिवायला पायजे, ही काळ्या दगडावरली रेघ.

लैसा गूळ, जराशी साखर, पावडर नि दूध ह्येचं चव्हाणाच्या 'हाटीला'तलं त्ये रसायन दोन-तीन डाव पिऊन झालं, तरी आजून कशात काय फाटक्यात पाय नव्हता! तसे लोक चरफडू लागले,

"आयलाऽ ह्ये पंच हाईत का सॉंग हाईत गा? धा वाजायचा टैम व्हाय आला तरी आजून कशाचाच पत्ता न्हाई!"

"माय व्हलेऽ, तमाशा तरी हाय म्हणं का उगंच ढाक मारली ह्येनी?"

"घरपट्टी वसूल केल्यात, बायली मी ऽ धरून. आनि तमाशा कसा नसंल?"

असाच आणिक थोडा येळ गेला... मग एक एक पंच येऊ लागला... तोंडानं 'गावठी'चा वास नि हुकूम सोडत गावातल्या तरण्याताठ्या पोरांकडून 'स्टेज' घालायचं काम करून घेऊ लागला...

मग येसूबा भोयट्याच्या परड्यातल्या गराड्याची दगडं आणली गेली... चौकातल्या एका कोपऱ्यात ती एकमेकांवर रचून चौकोन तयार केला. आतल्या पोकळ जागेत जवळचीच माती उकरून टाकली... आणि दोन-आडीच फूट उंचीचं स्टेज तयार झालं. आणि मग फुढल्या दोन कोपऱ्यांत दोन वेळू रोवलं, त्यास्नी एक आडवी काठी बांधली नि तिला भरमदी एक ग्यासबत्ती टांगली... तीबी उल्हासानं लोंबकाळू लागली...

एवढ्यात तमाशेवाल्या मंडळीस्नी घेऊन आल्याली ट्याक्शी 'पॉम् पॉम्' हॉर्न वाजवीत गर्दीच्या टोकाला येऊन थडकली... गाडीचं दार उघडलं नि लोकांतनं वाट काढीत तमाशेवाली मंडळी 'स्टेज'कडे आली... तमाशेवाल्यांत दोघी नाचणारीणी नि पा-सा बापयगडी व्हते. नाचीत एकली ठार काळ्या वर्णाची व्हती. भित्तीला चुना फासावा तशी तिनं तोंडाला पावडर फासली व्हती. दुसरी निमगोऱ्या रंगाची, कुठंच नजर न ठरविता चौफेर विभ्रम करणारी, जिथल्या तिथं, प्रमाणातल्या शरीरयष्टीची, शेलाटी गुलछडी व्हती...

स्टेजवर चढल्यावर सर्वजणांनी पयल्याझूट लोकांकडं त्वांड करून जोहार घातल्यागत मुजरा केला. तेवढ्यात सोंगाड्या म्हणालाच,

"गावकऱ्यानुऽ, तुमच्या वाडीला येतावख्ती आमची ट्याक्शी मधीच पंक्चरली, नि पुढारी सभेला लैसी टाइम करून येत्यात तसं आमी आलू! तवा लेकराची चूक मायबापांनी पदरात घेवावी!'

यावर उगच हशा पिकला नि कावल्याली लोकं लैसी सैल झाली... आग्गळपगळ बसली...

तोपतोर डफ-हालगीवाल्यांनी स्टेजच्या मागल्या बाजूला चगाळचोथा गोळा करून जाळ केला व्हता, नि त्यावर डफ-हालगी शेकू लागले

व्हते... आन् हिकडं तुणतुणंवाला तारा ठीक करू लागला... ढोलकीवाला ढोलकीवर चापट्या मारून ती 'लावून' घ्यायच्या उद्येगाला लागला... सूरपेटीवाल्याची पायपेटी व्हती. त्यामुळं त्यो कुरकुरू लागला,

"हितं एखादं स्टूल न्हाई का खुर्ची नाही! मी आता कसं वाजवायचं हो?"

यावर स्टेजजवळ बसलेल्या टवाळ पोरातलं एक पॉर पटकन म्हणालं,

"तोंडावर हात मारून घिऊन!"

आणि यावर आजूबाजूस एकच हशा पिकला... त्यात एका पोरानं समोरच्याची टोपी हवेत उंच उडविली! मग तीन-चार टोप्याबी अशाच उंच उडवल्या... ह्या गोंधळाचा फायदा घिऊन मागली मंडळी पुढच्यास्नी रेटून शक्यतो स्टेजजवळ जायची खटपट करू लागली... घटकाभर एकच कालवा उसळला...

तसा एक पंच स्टेजवर चढला, आणि म्हाईला बळी दिल्या जाणाऱ्या बकऱ्यागत लटालटा कापत म्हणाला,

"मंडळीऽ, शांत व्हा... शांत व्हाऽ..." आणि फुढं त्येच्या तोंडातनं नुस्तं 'व्हा ऽ व्हाऽ'चंच बुडबुडं यायला लागलं! यावर गावकरी मंडळी पोट धरून हासू लागली. कित्येक पोरांनी शिट्ट्या मारल्या. कितीतरी आरडली! तमाशा सुरू व्हायपूर्वीचा ह्यो तमाशा बघण्यालायक व्हता!

असा ह्यो फजितवाडा हुताच पंच त्या सूरपेटीवाल्याजवळ जाऊन म्हणाला,

"करतोऽ हं काय तरी यवस्था!"

पंच बोलत असतावख्ती त्येच्या तोंडाच्या गावठी 'मंडेस'च्या वासाने सूरपेटीवाला गुदमरून गेला... त्यानंच असावा, जोरजोरानं मान हालवीत म्हणाला,

"बरंऽ बरं!"

तसी पंचाने एका ढेंगेत स्टेजवरनं खाली उडी मारली नि गर्दीत पशार झाला!

मी त्या कोंडाळ्यात कुठंतरी एका बाजूला उभा व्हतो. आजूबाजूला बघत नजरंनं टिपाण घेत व्हतो. येळ घालवीत व्हतो, एवढ्यात माज्या पाठीवर थाप पडली. मागं फिरून बघितलं तर – धाकला मामा उभा

व्हता...

"काय गा?" मी इचारलं.

"चल माज्या मागुमाग..."

"पर कशाला?"

"कशाला म्हनूने! चल म्हटल्यावर चलावं!"

यावर मी चक्कार शब्द न बोलता त्याच्या मागोमाग चालायला लागलो... तीन-चार गल्लीबोळ पार केल्यावर आम्ही एका गवताच्या बडमीजवळ आलो. बडमीच्या मधलं भाताचं पिंजार ओरबाडून काढत मामानं आत ठेवल्याली ती भरल्याली इन्नर बाहीर काढली. पटक्यात खवल्याला कानतुटका कप घेतला. आन् त्यो भरून माज्यापुढं धरत त्यो म्हणाला,

"मार एवढं, हं!"

ती पुरी इन्नर 'बुकणा' करून आम्ही तिथनं भाहीर गल्लीत आलो, तवा मी हवेतनं अंत्राळी चालाय लागलो हुतो, आन् मामा गुडघ्यावर चालाय लागला हुता. त्येचं गुडघं दुखायला लागल्यावर मी गुडघ्यावर चालाय लागलो. तवा त्येचं गुडघं दुखायचं बंद झालं. आता त्यो डोस्क्यानंबी चालाय लागला! आरंच्या मारीऽ, आसंबी चालाय् येतंय् तर! मला काईतरी नवीन उमागल्यागत झालं... मग मीबी तसाच चालाय लागलो... मामापक्षी कुटल्याबी बाबीत मी कमी न्हवतो!

आसं चालत चालत चौक यायला दोन वर्षं लागली... मधी किती वडेवताडं, डोंगर, नद्या, समींदर लागलं त्येची तर गिनतीच न्हाई... चौक जवळ आला तसा ढोलकीचा ठेका कानांवर आदळू लागला... त्येचाच हात धरून आम्ही चौकातनं आलो. नमन, गण, गौळण आटपून आता तमाशा चालू झाला व्हता... खाली डोस्की नि वर पाय करून बेजान गर्दीनं मानूस चौकात बसलं हुतं... त्येनं चौक आभाळातल्या चांन्यांगत भरून गेला हुता... आजूबाजूच्या घराच्या खापरीवर बायकाबी बसल्या हुत्या... त्येंच्या दणकट भारानं खापरी आजीबाद फुटत नव्हती... सारी माना आवघडून एकचित्तानं आभाळाकडं बघत व्हती. आभाळात उंचाळी स्टेज घातलं व्हतं... नाचणारणीच्या हादऱ्यानं आभाळातल्या चांन्या हादरत हुत्या, विजत हुत्या, पुन्ना लागत हुत्या... सूरपेटीवाला झोपून पेटी वाजवत हुता... ढोलकीवाला खाली हात

टेकून पायानं ढोलकी बडवत हुता... आनि नाच्या लचकत, मुरडत इंग्लिशमंदी लावण्या म्हणत हुत्या,

"यास्सऽ, फ्यासऽ, प्यासऽ, न्वॉट!'

बक्कळसा तितं रमलो, नि आवचित ध्येनात आलं, आपुनला बिरोबाच्या माळावर कुनीतरी बलीवलंय! कोण बरं? कोण? हां, हां! पवाराची फुली! हंम् बघ, इसरलो व्हय तिला? दारू पिऊन हाल्ट झालो तरी अजून सुद् हाय मला... आनिक पीन, खरं सुद् जायची न्हाई!

मी धडपडत उठलो नि लडबडत चालू लागलो...

"आरं आवचित निघायला काय झालं?" माज्या धाकल्या मामानं इचारलं.

"मर्दाऽ गुमान बस. त्येला जास्त-कमी झालीया न्हवं ती दारू, तवा जाऊ दे... फुडं बघ काय चाल्लय त्ये!" मामाजवळच्या दुसऱ्या कुणीतरी मान्सानं त्येला गप्प केलं!

मी निघालो... लटपटत्या पावलानं शेलार आळी, झेंडा लावायचा चौक, पुढली मराठी शाळा वलांडली नि सुतारगेट पार करून वेशीतल्या मारुतीजवळ आलो... माघाची पुनेव संपून साताट दिवस सरलं हुतं, तरी आभाळातनं फिक्कट चान्नं दुधावरल्या शाईगत सगळीकडं पसरलं हुतं... त्या चान्यात मारुतीफुढलं ते जुनाट वडाचं झाड एखांद्या भुतागत दिसत हुतं, नि त्येच्या जमिनीत घुसलेल्या नि बऱ्याच लोंबकळत असलेल्या पारंब्या भुताच्या हातावानी वाटत व्हत्या.

वाडीची शीव मागं टाकली. धडपडत कशीतरी पांद पार केली, आन् मी बिरोबाच्या माळाच्या चढणीला असल्याल्या लिंबाऱ्याला धरून उभा ऱ्हायलो... माजं डोळं गाप्‌गाप् मिटत हुतं! धड उभाबी ऱ्हायाय ईत न्हवतं मला. कसातरी डोळं उघडून दूरवर दिष्ठी फिरविली... माळाच्या माथ्यावर बिरोबाचं देऊळ, जवळच लिंबाऱ्याची नि बेलफळाची झाडं, बेलफळाच्या झाडावरचं भगवं निशाण... आन् जवळच... तितंच उभी ऱ्हायल्याली...? छे. उभी कुटली, तर तर झाप् झाप् यायला लागलीया – माज्याच रोखानं फुली... फुली!

मला तर आता धड उभाबी ऱ्हायाय यीना, की धड पाय उचलाय यीना! सारा भार मी त्या लिंबाऱ्याच्या झाडावर टाकला नि तसाच उभा ऱ्हायलो – त्येला मिठी मारून, कवटाळून...

एवढ्यात ती जवळ आली...

"मुडदाऱ्याऽ आता आल्लास!" असं म्हणत झाम्‌दिशी तिनं माज्या डोस्क्यावर मारलं. दाणदिशी माजं डोस्कं फुढल्या लिंबाऱ्यावर बडावलं!

पीरतीची ही रीत न्यारीच हुती! माज्या डोस्क्याला झिणझिण्या आल्या, टण्णूबी आला असावा... माजी नशा निम्म्यावर आली! डोस्क्याला झटकं दीत अंधुकधुंदूक चान्न्यात मी तिच्याकडं बघितलं...

तिच्या अंगावरची चोळी फाटून पार चुथडा झाली व्हती... लुगड्याचा कासुटा सुटला व्हता नि त्येच्या दशा लोंबत व्हत्या... डुईवरल्या केसांचा बुचडा इस्कटला व्हता नि काळ्या ढगात चांद लपल्यावानी तिचं त्वांड त्यात दिसंनासं झालं व्हतं... अंगावरल्या फाटक्यातनं तिचा मूळचा गोरा रंग ह्या आंधुक चान्न्यातबी किती उठून दिसत व्हता...!

आसं किती उशीर तिच्याकडं बघत ऱ्हायलो, आता काय आठवत न्हाई... पर तेवढ्यात फाड्‌फाड्‌ माज्या अंगावर रट्टं बसू लागलं... एखाद्या डंकिणीगत ती चवताळली नि आपल्या हातानं मला कुंबलू लागली... तोंडानं बरळणं चालूच हुतं,

"आत्ता आलास माज्या हांट्या! दारू ढोसून तिकडंच तुजी उलथवारी व्हायची हुती... कशाला आलास आता हिकडं – ही उष्टी पत्रावळी चाटायला! बघ, बघ कशी दशा केलीया माजी... बघ... बघ... चौघंजण हुतं भाडे... चौघंजण हुतं... काळीज वडलं त्येंचं!"

आपलं फाटकं लुगडं माज्याफुढं पसरून ती दाखवू लागली... बोलू लागली... रडू लागली... आता तिचं हात लटकं पडलं हुतं... आन्‌ मला मिठी मारून स्फुंदून स्फुंदून, हमसाहमशी ती रडत व्हती...

आता माजी उरलीसुरली नशा खाड्‌कन उतरली... आन्‌ किती नि कसा भयानक पर्कार घडला आसंल त्येची उमज आली!

"कोण व्हतं त्ये रांडंचं? कोण व्हतं...?" अजूनसुद्धा माजं बोलणं अडखळत येत व्हतं...

"आणि कोण आसायचं...? गावावरनं ववाळून टाकल्यालं त्ये गुंड...! भाडे लिप्पाणीकडनं येत व्हतं नि ह्या माळाला एकली बघून...

आणि तिला गहिवर आला... ती रडायला लागली... तिचं आंग थरथरू लागलं. डोळ्यांतनं ऊनजाळ पाणी हातावर पडू लागलं.

"गप्प गप्प तू... रांडच्यांची कंडकीच करतो मी!"

मी बोलून गेलो. पर त्या वख्ताला साध्या उसाच्या पेराचीबी कंडकी मला करता आली नसती! आनि बरंच काईबाई बोललो आसंन मी त्या वख्ताला, पर आता आठवतंय ते एवढंच...

अकरा

दुसऱ्या दिवशी लैसा दिस वर आल्यावर जागा झालो... रातचंच कवातरी यिऊन दाराभाहीर झोपल्याल्या चिल्यापिल्यांच्या नि पै-पाव्हण्यांच्या, कुणाच्या तरी एकाच्या आंथरुणावर कलंडलो व्हतो... जागा झालो नि रातच्या सगळ्या आठवणी जाग्या झाल्या. आजगरावानी त्येनी विळखा घातला मला...

ह्या भिरमिटीतच दिवसभर हुतो. मनात काय काय येत हुतं, उसळंत हुतं... फुली... फुली... आपून काय करायला गेलो, नि काय झालं! काय वाटलं आसंल तिला? छे: छे:, झालं ह्ये वंगाळ झालं... लई वंगाळ झालं.

हां हां म्हणता दिवस सरला. सांज झाली, किनिट पडला... मी सुन्न मनानं घरातच बसून हुतो...

एवढ्यात एक साताट वर्साचं बिनवळखीचं

प्वार आलं, खुणावून भाहीर बलवू लागलं.

मी भाहीर गेलो. त्येच्याजवळ जात इचारलं, "काय रं?"

"जैसिंगरावांनी बलिवलंय..."

"कुठंसं हाईत?"

"हाईत घरातच. आसशीला तसं या म्हनलंय..."

"बरं बरं आलो, चल. व्हो म्होरं..."

प्वार गेलं नि त्येच्या पाठुपाठ मीबी निघालोच. ह्या आववख्ती जैसिंगरावानं आनि काय हेटाकू काढलंया? मी इचार करीत चाललो व्हतो... मघा मी घरात हुतो नि इथे जैसिंगराव...?

इनामदाराचा वाडा आला... माज्या वाटेकडं जैसिंगरावाची नजर असावी... मी जवळ येताच माडीवरच्या खिडकीतनं त्येनं मुंडकं काढलं नि म्हटलं,

"ये वर आतल्या आंगानं. डाव्या हाताला जिना आहे बघ..."

मी भाहीरल्या मोठ्या दरवाज्यातनं आत शिरलो. आत मोट्ठाच्या मोठा फरशी घातलेला हमचौक हुता... चौकाच्या जोत्याभोर बांधीव कट्टी हुती... नि लगतच प्रशस्त सोपा. सोप्यात दोन झुंबरं नि अनेक फोटो लावलेले हुते... एक झुंबर नुकतंच पेटविल्यालं दिसत व्हतं. कट्टीच्या एका कोरीव खांबाला एक मोठं अलसेसीन का काय म्हंत्यात त्या जातीचं एक थोराड कुत्रं बांधलं हुतं... वाघावानी ते दिसत व्हतं. पर गरीब वाटलं... मी आत शिरल्यावर ते एकदाबी भुंकलं न्हाई की बांधल्याल्या साखळीशी वडावडी करून माज्या अंगावर झेपावण्याची खटपट केली न्हाई... ह्यापरास आमची गावठी कुत्री लाखपट बरी!

सोप्यात वाघाची, रानडुकराची, हरणाची मुंडकी 'भरून' लटकावली व्हती. एक रानरेड्याचंबी हुतं. त्या भिंतीजवळनंच वर जायाचा जिना दिसत व्हता.

मी वर पोचलो तवा जैसिंगराव आपल्या बंदुकीला तेलपाणी करीत व्हता... बंदुकीची नळी काळी करंद दिसत व्हती नि दस्त्याचं लाकूड चकाकी मारीत हुतं...

"येणार काय भिमूऽ – शिकारीला जायचं आज!"

"कशाच्या?"

"गावडुकरांच्या!!"

"ऑ?"

"येणार?"

आणि एकदम माज्या डोस्क्यात उजेड पडला!

मी इचारात पडल्याचं बघून जैसिंगरावनं इचारलं,

"काय विचार आहे तुझा? येणार का, जाऊ मी एकटाच? तसा मी एकटाही त्या साऱ्यांना पाणी पाजायला पुरेसा आहे म्हणा!"

"येणार तर!" मी म्हणालो, "डरतो काय! चलाऽ, आता जायाचं काय?"

"नाही. आता नाही, जेवण आटोपल्यावर! काय म्हणतो? सावज जरा ठाण्याला तर येवू दे!"

"हं तर, तसं करूया..."

"मग जेवण झाल्यावर ये तर... गावशिवंला यायचं. खामकराच्या भाताच्या झोपड्यात... तिथंच माजी वाट पाहत उभा राहायचं किंवा मी प्रथम आलो, तर तुझी वाट पाहीन. कसं?"

"ठीक हाय. येतो तर मी तिथं तयारीनिशी..."

"काय घेणार बरोबर?"

"कुऱ्हाड घिऊ का भाला घ्यावा?"

"दोन्हीही नको. नुस्ती एक काठी घे तू..."

"बरं तर... चलू आता..."

"बरं..."

तिथनं बाहीर पडलो ते आनंदातच... फुलीवर बळजोरी करून तिच्या आब्रूच्या चिंध्या उडविणाऱ्यांचा आज मी... खरंच नशिबानं ही एक संधीच आलीया तिचा पुरेपूर फायदा घ्यायचा! जैसिंगरावासारख्या पहाडाच्या छातीचा जोडीदारबी मिळालाय. मागं सरायचं न्हाई आता... काय हुईल ते हुंदे!

जेवून हातावर पाणी पडताच मी भाहीर पडलो... परड्या आंगाला न्हाणीच्या नि भांडीकुंडी धुण्याच्या पाण्यावर फोफावलेला एक वरण्याचा येल मांडवावर चढला व्हता. त्या मांडवाची एक काठी हिसकली आन् परड्याच्या बाजूनंच भाहीर सटकलो.

गावाभाहीरनं भाहीरनं आसं थोडा मुरा मारून खामकराच्या भाताच्या ओपाड्यात आलो...

"जैसिंग..."

माजं बोलणं पुरं व्हायच्या आत शब्द आलं,

"हितं आहे मी – ये इकडं!"

मी आवाजाच्या दिशेनं गेलो.

"कवा आलासा? लै उशिरा..."

"पंधरा-वीस मिनिटांपूर्वीच आलो. वाटलं, आता येतोस की नाहीस कोणास ठाऊक...! तसाच पुढं जाणार..."

"छे: छे:, तसं कसं हुईल... यायचं कबूल हून फसवीन का कधी तरी!"

"बरं, निघूया आता?"

"चला तर..."

दोघं चालू लागलो. आभाळात चान्न्या हुत्या, पर चांद उगवला नव्हता, त्यामुळं जवळजवळ काळोखच हुता. ससं, कवडं, चित्तार इत्यादींची शिकार करीत जैसिंगराव आजूबाजूच्या रानामाळातनं हिंडला व्हता. त्येला जमिनीचं खाचाखळगं सारं ठावं हुतं. त्यो सटासट पाय उचलत व्हता. मी त्येच्या मागनं चाललो...

खामकराचं श्यात सरलं... फुडली वगळ वलांडली, वरचं टेकाड पार केलं, तसं उपाळ्याचं खोपाट दिसू लागलं... कुडाच्या फटीतनं आतल्या दिव्याचा उजेड भाहीरचा काळोख फाडीत हुता... त्यामुळं खोपटाचा ठावठिकाणा चट्‌शिरी लागत व्हता... खोपटातल्यांचा गोमगाला हित्‌पतोर ऐकू येत व्हता...

चालता चालता जैसिंगराव एकदम उभा ऱ्हायला... पाठोपाठ मीबी.

"काय झालं – जैसिंगराव?"

"हातात काठी आहे न्हवं?"

"हाय."

"तर मार माझ्या पायावर तडाखा... डाव्या."

"काय?"

"मार म्हणतो ना! अरे लांबड्यानं वेटोळं घातलंय पायाला! माझ्या बुटाखाली मुंडकं गावलंय त्येचं!"

साधी गोष्ट सांगितल्यागत जैसिंगराव बोलत व्हता नि मी दादरून

जात व्हतो... काय माणूस हाय का हैवान ह्यो?

मी झाम्झाम् त्याच्या पायावर तडाखं मारलं... थोडं सापाला लागलं असतील, थोडं पायालाबी लागलं असतील! जैसिंगरावबी आपल्या बुटाचा पाय जमिनीला चिरडत व्हता.

"विळखा निसटला बघ... मार तिकडं पायाजवळ जमिनीला– उगवत्या बाजूकडं!"

मी जमिनीला काठी मारायला लागलो. जरी तिथं साप आसला-नसला तरी तिथं 'गोपाळकाला' झाला असला पाह्यजे!

तिथनं फुढं निघालो...

"भिमू..."

"काय?"

"पुढल्या बाजूनं गेलं, तर त्या आंगाला कुत्रं आसंल त्ये उमगायचं नाही?"

"व्हय..." मी म्हणालो, "वर एखांद्यावख्ती कुत्रं मांसाच्या वासावर आजून गावातबी घोटाळत आसंल..."

"कोणास ठाऊक! तरी पण आपण मागच्या बाजूनं जाऊया... कसं?"

"बरं, चला तर..."

थोडं उजव्या बाजूला वळून मळ्याच्या मागल्या अंगाला गेलो... उसाच्या भोत्याभोर बाभळीच्या शिऱ्यांचं कुंपाण हुतं... शिरी फसाफस उपसली. एक काटा टच्‌दिशी टोचला नि मोडून बसला, पर मला कशाचंच भान न्हवतं त्या वख्ताला... जैसिंगरावाचंबी तसंच झालं असावं...

दोघं आत शिरलो. उसाच्या कडंकडनं खोपटाकडं चालू लागलो.

मधीच थांबून जैसिंगरावानं बंदूक लोड केली. कमरंला पट्टा बांधल्यागत त्येनं काडतुसाची माळ बांधली व्हती...

पुन्हा चालू लागलो... आता खोपाट जवळ आलं हुतं... आतला गोंगाट वाढला हुता... राजा-राणी-बट्या-पंज्या हे शब्द मधून मधून फेकले जात व्हते... आत पत्त्यांचा डाव लैच रंगात आला असावा...

खोपटाजवळ गेलो... कुत्रं भुंकलं न्हाई... बहुतकरून ते नसावं. पायांचा आवाज होऊ न देता मोठ्या सावधगिरीनं आम्ही पुढील बाजूस

गेलो... खोपटाच्या दाराजवळ आलो...

लाथेनं आता दार उघडून आत जावावं असा विचार करतो आहोत, तो आतल्या बाजूनं दार उघडत असल्याला आवाज झाला! आमची चाहूल लागली का त्येनला?

एकदम सावध झालो. मी काठी सावरून धरली नि जैसिंगरावानं बंदूक... एका क्षणात दार उघडलं नि फुढं आलेल्या मुंडक्यावर जैसिंगरावानं बंदुकीचा दस्ता हाणला! मीही काठी हाणली, पर माजा वार चुकून ती दारावर बडविली!

चिरमुऱ्याचा बोद पडावा, तसा त्यो माणूस उंबऱ्यावरच आडवा झाला– त्यो शिरपा आत्याळ्या हुता!

बंदूक रोखून जैसिंगराव उंबऱ्यावरच उभा ऱ्हावून गरजला, "जाग्यावरनं हाललात तर याद राखा!"

ह्या आवचित परसंगानं आतली सगळी यडबडून गेली नि चित्रातल्यावानी स्तब्ध झाली... त्येंच्या हातातल्या पत्त्यांची पानं तशीच ऱ्हायली हुती, आन् खाली आत्याळ्या कण्हत व्हता...

"वढ्यात ह्याला मारलं, आता हा जैसिंगराव जगणार नाही असं वाटतंय होय साल्यांनो तुम्हाला?" दातओठ खात जैसिंगराव म्हणाला, "पण मरताना हा जैसिंग तुम्हाला घेऊन मरेल, लक्षात ठेवा!"

जैसिंगराव एवढं बोलतोय, तोच बाजीरावानं जवळची कुऱ्हाड चपळाईनं उचलली नि त्याच चपळाईनं आमच्यावर फेकण्यासाठी उगारली... पर जैसिंगरावबी सावध हुता. त्येनं झट्दिशी नेम धरून चाप वढली, काड्दिशी आवाज झाला नि क्षणात कुऱ्हाडीचा दांडा व पातं वेगळं झालं! बाज्या गडबडला!

"आणखीन माझा नेम बघणार आहेस, बाज्या?" असं म्हणून जैसिंगरावनं पुन्हा चाप ओढला, पुन्हा काड्दिशी आवाज झाला, आन् बाज्याच्या डुईवरचा पटका दूर कुडाकडेला फेकला गेला...!

उघड्या डुईवरनं हात फिरवीत रागाने बाज्याने आमच्याकडे झेप घेतली... पण येवढ्यात काठी उगारून मी फुडं झालो. बाज्याने माजा वार वरच्यावर तटविला नि त्यो काठीशी हिसकाहिसकी करू लागला... त्येची-माजी चांगलीच जुंपली. तिकडं येश्या शेवाळ्याही जैसिंगरावाच्या बंदुकीला भिडला हुता नि नळीला धरून झोंबाझोंबी करीत व्हता... ती

काढून घ्यायची खटपट करीत हुता आणि जानू उपाळ्या खोपटातच कायतरी हत्यार हुडकीत व्हता...

बाज्याच्या हातातली काठी हिसकावण्यात मला यश आलं... आणि एखाद्या झुडपाला झोडपावं तसं त्येला मी झमाझम झोडपू लागलो... ढोरावानी आरडत बाज्या खाली कोसळला... मी जैसिंगरावाकडं बघितलं.

त्येनं त्या झटापटीतबी सराईतपणानं बंदूक लोड केली व्हती, आन् क्षणात त्येनं चाप वढला... काड्दिशी आवाज होऊन शेवाळ्याच्या उजव्या दंडाचा लचका तोडून पार पलीकडं काडतूस निघून गेलं... त्येच्या दंडातून रगताची धार लागली... रागानं त्येनं जैसिंगरावाकडं बघितलं नि पोटाचा नेम धरून रानडुकरावानी मुसंडी मारली... जैसिंगरावानं त्येला चुकविलं नि त्यो नेमका खाली पडून कण्हत असलेल्या आत्याळ्याच्या अंगावर जाऊन कोलमडला!

मी एवढं बघतोय, तोवर पाठीमागच्या बाजूनं माज्या खांद्यावर जबरदस्त फटका बसला... आन् मग फटक्यामागून फटकं बसायला लागलं... जानू उपाळ्या आपल्या हातातल्या काठीनं मला झोडपत हुता... माझी ताकद झरझर कमी व्हायला लागली... हातानं त्येची काठी तटवायची खटपट केली, पर हातावरबी काई फटकं बसलंच! आणि मी खाली कोसळलो. आता माज्या अंगातलं त्राण अगदीच संपलं व्हतं... डाव्या पायाच्या नळीवर काठी बसल्यानं तिथनं रक्ताची धार लागली व्हती... अंगावर जागजागी काठीचं तडाखं बसल्यानं सारं अंग लै ठणकाय लागलं व्हतं...

एवढ्यात जैसिंगरावानं चाप वढला हुता वाटतं... आवाज करीत काडतुसानं वेध घेतला, जानू उपाळ्या पाय धरून रगात गाळत खाली कोसळला!

ह्या वेळात येश्या शेवाळ्या व शिरपा आत्याळ्या उठलं व्हतं... ते दोघंजण राक्षसागत आमच्यावर धावून आलं. शिरपा आत्याळ्या जैसिंगरावला भिडला आन् हा हा म्हणूस्तंवर दाण्दिशी त्येनं जैसिंगरावला खाली आदळलं! जैसिंगरावाच्या कमरंचा काडतुसाचा पट्टा नि हातातली बंदूक दूर उडाली... क्षणात आत्याळ्या जैसिंगरावाच्या छातीवर बसला नि त्येचं डोस्कं दणादण जमिनीवर आदळू लागला...

आणि येश्या शेवाळ्या माज्यावर स्वार झाला व्हता... बकाबका मला कुंबलून काढत हुता... लव्हाराच्या घणागत त्येच्या मुठीत ताकद हुती... त्येनं माजा आता चांगलाच कबजा घेतला व्हता... मी माजी आशा सोडून दिली!

त्येनं मला तसंच वर उचललं नि दूर ढकलून दिलं! कशावर तरी मी जाऊन कोसळलो नि जोरात आरडलो... कायतरी माज्या बगलंत टोचलं... लै कळा मारल्या. बघितलं तर त्यो भाला हुता – लांब काठीचा... मी त्यो कबजात घेतला नि झट्‌दिशी शेवाळ्याच्या मांडीत खुपसला – एकदा, दोनदा, तीनदा... शेवाळ्या मागल्यामागं सरळ कोसळला!

हा वेळपतोर आत्याळ्याने बंदुकीचा ताबा घेतला व्हता नि काडतुसं घिऊन ती लोड करण्यात गुंतला हुता! त्येनं जर बंदूक लोड केली असती, तर माजी नि जैसिंगरावाचीबी काईच आशा नव्हती जगायची!

मी झट्‌दिशी भाला उगारला नि डोळ्याचं पातं लवतंय न लवतंय तोच त्येच्या पोटाचा वेध घेऊन फेकला... लोण्याच्या ढिगात घुसावा तसा कचकन त्याच्या पोटात आच्युती भाला घुसला! पोटावर हात दाबून धरीत आत्याळ्या खाली कोसळला!

मी तसाच फुढं गेलो... जैसिंगराव जवळजवळ बेसुदीच झाला व्हता... त्येला पाठकुळीला मारला, त्येची बंदूक नि काडतुसाचा पट्टा घेतला, आणि भाहीर धावलो...

आल्याल्या रस्त्यानं पळू लागलो... आजूबाजूच्या वस्तीवरनं एक-दोन बापे हातात कंदील घिऊन नि काठ्याबी सावरून काय गडबड हाय बघावं म्हणून उपाळ्याच्या मळ्याकडं झपाझप येत व्हते... मी खोपटातच घोळ घालीत ऱ्हात हुतो तर...?

मी त्येनला हुलकावणी दिली. मळ्यातनं भाहीर पडलो नि पळायला लागलो...

पाठकुळीचं जैसिंगरावाचं वज्जं काय हालकं हुतं...? पळतापळता दम भरत व्हता... मी धावत हुतो... आणिक पुन्हा वळत व्हतो... गाव जवळ करीत व्हतो...

माज्या धावण्यानं आसंल, न्हाईतर हेलकाव्यानं आसंल, जैसिंगराव सुद्दीवर आला... पाठकुळीवरनं त्येचा आवाज आला तवा मला हे

समजलं...

"भिमू..."

"काय...?"

"मला आता सोड, चालतो मी..."

'नको... लै रगात गेलंय तुमच्या अंगातनं, चालणं व्हायचं न्हाई तुम्हास्नी!"

"होईल रे बाबाऽ होईल..."

"गप्प बसा...!" मी त्येनला दटावलं, नि परत पळायला लागलो...

मधी आणिक भुणभुण सुरू झाली.

"भिमू...!"

मी बोललोच न्हाई. तसाच हाटमुऱ्यागत चालायला लागलो...

"भिमूऽ, हे बघ, माझं ऐक... न्हाईतर ओरडेन बघ मी...!"

ह्यावर माजा नाविलाज झाला... मी त्येला खाली सोडलं... नि पाठीलाबी रग आलीच हुती माज्या... त्यो खाली उतरताच मला मोकळं मोकळं वाटायला लागलं!

उतरल्या पेट्टाला जैसिंगराव उमेदीनं चालू लागला...

"हे बघ भिमू..."

"काय म्हंतासा?"

"हे बघ, उद्या आता बोंब होणार साऱ्या गावभर, तेव्हा तू आता सूट..."

"आँ?" मला त्येचं बोलणंच समजंना...

"काय होईल ते होईल... मी सगळं निभावून घेतो, वाटल्यास भरभक्कम पैसा ओतून सारं दाबून टाकतो; पण तू ह्यात गावायला नको..."

"व्हय... व्हय..."

थोडासा जैसिंगराव थांबला, पाठोपाठ मीबी. त्येनं खिशातनं पैशाचं पाकीट काढलं. त्यातली धाची नोट काढून माज्या हातावर ठेवत म्हणाला,

"हे बघ, प्रवासखर्चाला... आता बेळगावहून निपाणीला जाणारी शेवटची दहाची गाडी येईल..." आणि त्यानं हातावरच्या घड्याळ्यात बघितलं. मघाच्या धुमाळीत त्येची काच तडकली व्हती नि आतलं

रेडियमचं आकडं चकाकत हुतं, "हे बघ, आता साडेनऊ वाजून गेल्यात... पळतपळत कासारणीचा तिठ्ठा गाठशील तर गाडी गावेलही तुला..."

"पर जैसिंगराव..."

"काय विचार करीत बसू नको... येथून शक्यतो दूर जाण्याचा प्रयत्न कर... पुढचं पुढं मी पाहून घेतो... जा पळ, वेळ लावू नको."

"बरं, येतो सरकार, आठवण ठेवा..." असं म्हणून जैसिंगरावाला मिठी मारली आणि मग थोड्याच वेळात धावत सुटलो...

शक्य तेवढ्या दूर जायाचं व्हतं मला... हितनं दूर जायाचं हुतं... शक्य तेवढं दूर...

मी पळत हुतो... पळतच हुतो...

म्हाईसाठनं ह्या वाटंवरनं जेवढा रमतगमत आलो व्हतो, तेवढाच आज धावतपळत चाललो व्हतो. वाटंत भेटल्याली ती पारू... तिच्याकडला च्याबी प्यायचं घडलं न्हाई आपल्या हातनं...! आन् मला कुरवाळणारी, मी ठकलोय म्हणनारी नि मायेनं माजी दिष्ट काढणारी माजी आजी, माजा थोरला मामा... माजा धाकला मामा... ह्या सगळ्यांचा निरोपबी न घेता चाललोय... कुठं काय हुईल काई म्हायती न्हाई नि मागं काय झालंय ते उगंच आठवत बसावं असं आता वाटत न्हाई... पर तरीबी ह्या साऱ्यातनं ठळकपणं आठवती ती फुली! फुलवंता! काय समजूत करून घेतली आसंल तिनं माज्याबद्दल? काय इचार करीत आसंल ती? तिच्यावरच्या बळजोरीचा मी सूड घेतला, वजावट्टा काढला, हे समजंल का तिला? काय हुईल...? काय हुईल...? छे: छे:! एकदा भेटाय पायजे हुतं तिला... शेवटचं तरी...! निदान शेवटचं तरी...!

मन आभाळून आल्यागत भरून येत व्हतं आणि मी धावत व्हतो... धावतच व्हतो...

आता तिठ्ठा नजरंच्या टापूत आला... कासारणीचं खोपाटबी दिसायला लागलं... आन् पूना-बेंगलोर रोडवरनं बेळगावच्या बाजूनं उजेडाचा एक तुकडा वेगानं धावत येत्याला दिसला... येस्टी! का एखादी ट्रक? आनि येस्टीच आसली तर?

मी जिवाच्या करारानं धावू लागलो... तिठ्ठ्याचा नि माज्यामधला त्यो आता फर्लांगभर ऱ्हायल्याला तुकडा पार करण्यासाठी जोर खावून

पळाय लागलो... आता जवळ आला तिठ्ठा... आता आणिक जवळ आला... आता... आता...

◆